- *Ang Sampung Salot* -

Ang Buhay ng
Pagsuway
at
Ang Buhay ng
Pagsunod

Dr. Jaerock Lee

*"Sapagkat nalalaman Ko ang Aking mga panukala
para sa inyo, sabi ng PANGINOON,
mga panukala para sa ikabubuti at hindi sa ikasasama,
upang bigyan kayo ng kinabukasan at ng pag-asa."*
(Jeremias 29:11)

Ang Buhay ng Pagsuway at Ang Buhay ng Pagsunod ni Dr. Jaerock Lee
Inilathala ng Urim Books (Kinatawan: Seongnam Vin)
73, Yeouidaebang-ro 22-gil, Dongjak-gu, Seoul, Korea
www.urimbooks.com

Sarili ang lahat ng karapatan. Ang buong aklat o bahagi nito ay hindi maaaring kopyahin sa anumang porma o pamamaraan, o ikalat sa anumang porma o pamamaraan maging ito ay electronic, mekanikal, pagpaparami ng kopya, pag-rekord at iba pa, ng walang nakasulat na pahintulot mula sa naglimbag.

Kung hindi nakatala, lahat ng siniping talata ay nagmula sa Banal na Kasulatan, ANG BAGONG ANG BIBLIA, ® Karapatan ng May-akda © 2001, Philippine Bible Society.

Karapatan ng May-akda © 2018 Dr. Jaerock Lee
ISBN: 979-11-263-0517-9 03230
Karapatan ng May-akda sa Pagsasalin © 2015 Dr. Esther K. Chung, Ginamit na may pahintulot.

Dating inilathala sa pamamagitan ng Korean Urim Books ng 2007

Unang Inilathala Enero 2020

Patnugot: Dr. Geumsun Vin
Disenyo: Editorial Bureau ng Urim Books
Imprenta: Prione Printing
Para sa karagdagang impormasyon, sumulat sa urimbook@hotmail.com

Panimula

Ang Digmaang Sibil sa Estados Unidos ay umabot sa sukdulan nang ang ika-labing anim na pangulong si Abraham Lincoln, ay nagproklama ng isang araw na pag-aayuno at pananalangin noong Abril 30, 1863.

"Ang nakakatakot na mga kalamidad ngayon ay maaaring parusa dahil sa mga kasalanan ng ating mga ninuno. Naging napakayabang natin sa ating tagumpay at kayamanan. Masyado tayong nagmalaki kaya nakalimot manalangin sa Diyos na lumikha sa atin. Dapat nating ipahayag ang mga kasalanan ng ating bansa at humingi sa Diyos ng biyaya at habag na may pagpapakumbaba. Ito ang tungkulin ng mga mamamayan ng Estados Unidos."

Tulad ng iminungkahi ng dakilang pinuno, maraming

Amerikano ang hindi kumain ng isang araw at naghandog ng pag-aayuno at pananalangin. May pagpapakumbabang nanalangin si Lincoln sa Diyos at nailigtas niya ang Estados Unidos mula sa pagkakawatak-watak nito. Sa katunayan, tanging sa Diyos lamang natin matatagpuan ang lahat ng kasagutan sa ating mga problema.

Ang magandang balita ng kaligtasan ay naipangaral na ng maraming tagapahayag sa loob ng daan-daang taon, pero maraming tao pa rin ang hindi nakikinig sa salita ng Diyos at mas gusto nilang maniwala sa kanilang mga sarili.

Sa panahon ngayon, may mga kakaibang pagbabago ng temperatura at mga natural na kalamidad na nangyayari sa buong mundo. Kahit na sa pag-unlad ng medisina, maraming bagong sakit na lumalaban sa mga gamot at nagiging mas mapanganib ang mga ito.

Maaaring may mga taong buo ang tiwala sa kanilang sarili. Maaaring lumalayo sila sa Diyos, pero kapag titingnan natin ang kalooban nila, makikita natin ang pagkabalisa, pasakit, kahirapan at karamdaman.

Sa loob ng isang araw maaaring mawala sa isang tao ang kanyang kalusugan. Ang iba naman ay maaaring mawalan ng kanilang mahal sa buhay o kaya ay mawalan ng kayamanan dahil sa aksidente. Maaaring magdusa ang ilan dahil sa negosyo at trabaho.

Maaaring sumigaw sila, "Bakit nangyayari sa akin ang mga bagay na ito?" Pero hindi nila alam kung paano tumakas dito. Maraming mananampalataya ang nagdudusa dahil sa mga pagsubok at hindi alam kung paano matatakasan ang mga ito.

Pero ang bawat bagay ay may pinag-uugatan. Ang lahat ng mga problema at paghihirap ay may mga dahilan din.

Ang Sampung Salot na naranasan ng Ehipto, at ang mga alituntunin para sa Paskuwa na naitala sa Aklat ng Exodo ay nagbibigay ng pahiwatig sa mga solusyon sa lahat ng uri ng problema na nararanasan ng sangkatauhan sa ngayon.

Sa espirituwal na aspeto, ang Ehipto ay tumutukoy sa sanlibutan, at ang aral mula sa Sampung Salot sa Ehipto ay para sa lahat ng tao sa buong mundo hanggang sa panahon natin ngayon. Pero hindi lahat ng tao ay nakakaisip na ang kalooban ng Diyos ay nasa Sampung Salot.

Dahil hindi sinasabi ng Biblia na ito ang 'Sampung Salot,' sinasabi ng ilang tao na labing-isa o labindalawa ang salot.

Kasama sa naunang opinyon ang tungkol sa tungkod ni Aaron na naging isang ahas. Pero wala naman talagang anumang nasira nang makita ang ahas kaya mahirap na ibilang ito na isa sa mga salot.

Pero dahil ang ahas na nasa ilang ay may makamandag na lason na makakapatay sa isang tuklaw lang, maaaring matakot ang isang tao pag nakakita ng ahas. Ito ang dahilan kung bakit may mga taong isinasama ito bilang isa sa mga salot.

Kasama naman sa pangalawang opinyon ang pangyayaring naging ahas ang tungkod at pati na rin ang kamatayan ng mga sundalong Ehipcio sa Dagat na Pula. Sapagkat hindi pa nakakatawid sa Dagat na Pula ang mga Israelita noong sandaling iyon, isinama nila ang pangyayaring ito at sinabing mayroong labindalawang salot. Pero ang mahalaga ay hindi ang bilang ng mga salot kundi ang espirituwal na kahulugan nito at ang plano ng Diyos na nakapaloob sa mga ito.

Sa aklat na ito ay inilalarawan ang buhay na magkasalungat – buhay ni Faraon, na sumuway sa salita ng Diyos, at ang buhay ni Moises na naging masunurin. Nilalaman din nito ang tungkol sa pag-ibig ng Diyos na nagpapahayag sa atin ng Kanyang walang hanggang pag-ibig patungo sa daan ng kaligtasan, sa pamamagitan ng pagdiriwang ng Paskuwa, ang batas ng pagtutuli, at ang kahulugan ng Pista ng Tinapay na Walang Pampaalsa.

Nasaksihan ni Faraon ang kapangyarihan ng Diyos subalit nagpatuloy pa rin siya sa pagsuway, at napunta siya sa katayuang hindi na maibabalik pa. Pero ang mga Israelita ay naligtas sa mga kalamidad sapagkat sila ay sumunod.

Sinasabi sa atin ng Diyos ang tungkol sa Sampung Salot para matanto natin kung bakit may dumarating sa ating mga pagsubok. Ito'y para malutas natin ang lahat ng mga problema sa buhay at makapamuhay ng malaya mula sa anumang kalamidad.

Bilang karagdagan, sa pagsasabi sa atin ng tungkol sa mga biyayang darating kapag tayo ay sumusunod, nais ng Diyos na makamtan natin ang kaharian sa langit bilang mga anak Niya.

Ang sinumang makakabasa ng librong ito ay makakasumpong ng mga kasagutan sa mga problema sa buhay. Mapapawi ang uhaw na espiritu nila, gaya ng paglasap sa matamis na ulan pagkatapos ng mahabang tagtuyot, at mapapatnubayan sila sa daan ng mga kasagutan at mga pagpapala.

Nagpapasalamat ako kay Geumsun Vin, ang direktor ng kawanihan ng editoryal, at sa lahat ng mga kawaning tumulong para ito mailathala. Dalangin ko sa Pangalan ng Panginoong Jesu-Cristo na ang lahat ng mambabasa ay mamumuhay ng may pagsunod upang sila ay makatanggap ng kamangha-manghang pag-ibig at pagpapala ng Diyos.

Hulyo 2007

Jaerock Lee

Nilalaman

Panimula

Sa Buhay Ng Pagsuway · 1

Kabanata 1
Ang Sampung Salot Na Nagpahirap Sa Ehipto · **3**

Kabanata 2
Ang Buhay Ng Pagsuway At Ang Mga Salot · **21**

Kabanata 3
Salot Ng Dugo, Palaka At Kuto · **35**

Kabanata 4
Salot Ng Langaw, Peste At Pigsa · **55**

Kabanata 5
Salot Ng Pag-ulan Ng Yelo At Mga Balang · **73**

Kabanata 6
Salot Ng Kadiliman At Kamatayan Ng Panganay · **89**

Sa Buhay Ng Pagsunod · 103

Kabanata 7
Ang Paskuwa At Ang Daan Ng Kaligtasan · **105**

Kabanata 8
Ang Pagtutuli At Ang Banal Na Hapunan · **123**

Kabanata 9
Ang Exodo At Ang Pista Ng Tinapay Na Walang Pampaalsa · **141**

Kabanata 10
Ang Buhay Ng Pagsunod At Mga Pagpapala · **155**

Sa Buhay Ng
Pagsuway

"Ngunit kung hindi mo papakinggan ang tinig ng PANGINOON mong Diyos
sa pamamagitan ng pagsasagawa ng lahat ng Kanyang mga utos at tutunin
na aking iniuutos sa iyo sa araw na ito,
ang lahat ng sumpang ito ay darating sa iyo, at aabot sa iyo.
Susumpain ka sa bayan, at susumpain ka sa parang.
Susumpain ang iyong buslo at ang iyong masahan ng harina.
Susumpain ang bunga ng iyong katawan,
at ang bunga ng iyong lupa,
ang karagdagan ng iyong bakahan
at ang mga anak ng iyong kawan.
Susumpain ka sa iyong pagpasok,
at susumpain ka sa iyong paglabas."
(Deuteronomio 28:15-19)

Kabanata 1

Ang Sampung Salot Na Nagpahirap Sa Ehipto

Exodo 7:1-7

Sinabi ng PANGINOON kay Moises, "Tingnan mo, ginawa kita bilang Diyos kay Faraon, at si Aaron na iyong kapatid ay magiging iyong propeta. Iyong sasabihin ang lahat ng Aking iniuutos sa iyo; at sasabihin kay Faraon ni Aaron na iyong kapatid upang pahintulutan ang mga anak ni Israel na lumabas sa kanyang lupain. Subalit Aking papatigasin ang puso ni Faraon, at Aking pararamihin ang Aking mga tanda at mga kababalaghan sa lupain ng Ehipto. Ngunit si Faraon ay hindi makikinig sa inyo at Aking ipapatong sa Ehipto ang Aking kamay at ilalabas Ko ang Aking mga hukbo, ang Aking bayan, na mga anak ni Israel, sa lupang Ehipto sa pamamagitan ng mga dakilang gawa ng paghatol. Malalaman ng mga Ehipcio na Ako ang PANGINOON, kapag iniunat Ko sa Ehipto ang Aking kamay, at inilabas Ko ang mga anak ni Israel mula sa kanila." Gayon ang ginawa ni Moises at ni Aaron; kung ano ang iniutos ng PANGINOON sa kanila ay gayon ang ginawa nila. Si Moises noon ay walumpung taong gulang at si Aaron ay walumpu't tatlong taong gulang nang sila'y makipag-usap kay Faraon.

Ang bawat isa ay may karapatang maging masaya, pero maraming tao ang hindi nakakaramdam ng kaligayahan. Lalo na sa mundo ngayon na puno ng iba't ibang klase ng mga aksidente, karamdaman, at krimen, napakahirap na magarantiyahan ang kaligayahan ng sinuman.

Pero may Isang nagnanais na makaranas tayo ng kaligayahan nang higit kaninuman. Siya ang ating Diyos Ama na lumikha sa atin. Maraming mga magulang ang naghahangad na maibigay ang lahat-lahat sa kanilang mga anak, ng walang kondisyon, para sa kanilang kaligayahan. Minamahal tayo ng Diyos nang higit pa sa sinumang magulang at nais Niyang pagpalain tayo nang higit pa sa ninanais ng sinumang magulang.

Paanong magnanais ang Diyos na ito na magdusa o kaya'y magdanas ng mga kalamidad ang Kanyang mga anak? Walang mas hihigit pa sa hinahangad ng Diyos para sa atin.

Kung matatanto natin ang espirituwal na kahulugan at kalooban ng Diyos na nakapaloob sa Sampung Salot na nagpahirap sa Ehipto, mauunawaan nating pag-ibig din Niya ang dahilan nito. Higit pa rito, matutuklasan natin ang mga paraan para maiwasan ang mga kalamidad. Pero kahit na sa gitna ng mga ito, malalaman natin kung paano tayo makakatakas dito at maipagpapatuloy ang daloy ng mga pagpapala.

Kapag nahaharap sa mahihirap na sitwasyon, maraming tao ang nawawalan ng pagtitiwala sa Diyos, pero nagrereklamo pa rin laban sa Kanya. Kahit sa mga mananampalataya, may mga hindi nakakaunawa sa kalooban ng Diyos kapag nahaharap sa mga paghihirap. Nawawalan sila ng pag-asa at nagiging desperado.

Si Job ang pinakamayamang tao sa Silangan. Pero nang dumating sa kanya ang mga kalamidad, hindi niya kaagad naunawaan ang kalooban ng Diyos. Nagsalita siya na parang inasahan na niyang mangyayari sa kanya ang mga ito. Ipinahayag ito sa Job 2:10. Sinabi niyang dahil nakakatanggap siya ng mga pagpapala mula sa Diyos, may pagkakataon din namang magkakaroon din siya ng mga pagdurusa. Gayon man, hindi niya naunawaan na ang Diyos ay nagbibigay ng mga pagpapala at mga paghihirap nang walang anumang sanhi o dahilan.

Ang kalooban ng Diyos para sa atin ay hindi kailanman kaguluhan kundi kapayapaan. Bago natin talakayin ang Sampung Salot na nagpahirap sa Ehipto, isipin muna natin ang sitwasyon at mga pangyayari noong panahong iyon.

Ang Paghubog Sa Mga Israelita

Israel ang bayang pinili ng Diyos. Sa kanilang kasaysayan, malinaw na makikita natin ang kalinga at kalooban ng Diyos. Israel ang pangalang ibinigay kay Jacob, ang apo ni Abraham. Ang ibig sabihin ng Israel ay *"Sapagkat ikaw ay nakipaglaban sa Diyos at sa mga tao, at ikaw ay nagtagumpay"* (Genesis 32:28).

Ipinanganak si Isaac mula sa lahi ni Abraham, at nagkaroon siya ng kambal na anak na lalaki, sina Esau at Jacob. Kakaiba ang nangyari dahil ang ikalawang anak, si Jacob, ay nakahawak sa sakong ng kanyang kapatid na si Esau nang sila ay ipinanganak. Gusto ni Jacob na mapasakanya ang karapatan ng panganay sa halip na mapunta ito sa nakatatandang kapatid na si Esau.

Ito ang dahilan kung bakit kinalaunan ay binili ni Jacob ang pagkapanganay ni Esau sa pamamagitan ng kaunting tinapay at nilagang lentehas. Nilinlang din niya ang kanyang amang si Isaac, upang makuha ang basbas para sa panganay na anak na si Esau.

Ibang-iba na ang pag-iisip ng mga tao sa panahon ngayon. Nagpapamana ang mga tao hindi lang sa mga anak na lalaki kundi maging sa mga anak na babae. Noong unang panahon, ang mga panganay na anak na lalaki ang karaniwang nakakatanggap ng lahat ng mga mamanahin mula sa kanilang ama. Maging sa Israel, ang basbas sa mga panganay ay napakahalaga.

Sinasabi ng Biblia na kinuha ni Jacob ang basbas para sa panganay sa mapanlinlang na pamamaraan, dahil totoong inasam niyang makamit ang mga pagpapala ng Diyos. Hanggang sa makamit niya ang mga pagpapala, kailangan niya munang dumaan sa napakaraming uri ng paghihirap. Kailangan niyang pagtaguan ang kanyang kapatid. Nanilbihan siya sa kanyang tiyo na si Laban sa loob ng dalawampung taon at habang naglilingkod siya, tiniis niya ang maraming ulit na panlilinlang at panloloko sa kanya.

Nang magbalik si Jacob sa lugar na pinagmulan, may

pagbabanta pa rin sa kanyang buhay dahil galit pa rin sa kanya ang kapatid. Kinakailangang danasin niya ang ganoong mga paghihirap sapagkat siya ay likas na manlilinlang, naghahanap ng pansariling pakinabang o kapakanan.

Dahil natatakot siya sa Diyos higit sa kaninuman, winasak niya ang kanyang pagkamakasarili at 'sarili' sa pamamagitan ng mga pagsubok na dumating. Sa wakas, nakamit din niya ang pagpapala ng Diyos at ang bayan ng Israel ay nabuo sa pamamagitan ng labindalawang anak niya.

Pinagmulan Ng Exodo At Ang Pagpapakita Ni Moises

Bakit namuhay bilang alipin sa Ehipto ang mga Israelita?

Si Jacob, na ama ng Israel, ay nagpakita na paborito niya si Jose, na panlabing-isang anak niya. Ipinanganak ito ni Raquel, na pinakamamahal na asawa niya. Naging mitsa ito para kainggitan ng mga kapatid si Jose, at sa bandang huli, ipinagbili siya sa Ehipto bilang alipin.

May banal na takot si Jose sa Diyos at kumikilos siya na may integridad. Namuhay siyang kasama ang Diyos sa lahat ng bagay at labingtatlong taon mula noong ipagbili siya sa Ehipto, naging pinuno siya, pangalawa sa hari sa buong bayan ng Ehipto.

Nagkaroon ng matinding tagtuyot na malapit sa Silangan, at dahil sa kagandahang-loob na iginawad ni Jose kay Jacob at sa kanyang pamilya ay lumipat sila sa Ehipto. Dahil naligtas ang Ehipto sa matinding tagtuyot sa pamamagitan ng karunungan ni Jose, napakaganda ng pagturing ni Faraon at ng mga Ehipcio sa kanyang pamilya at ibinigay sa kanila ang lupa ng Goshen.

Sa pagdaan ng maraming henerasyon, dumami ang bilang ng mga Isrelita. At nakaramdam ng pagkatakot ang mga Ehipcio. Dahil may ilang daang taon na mula nang mamatay si Jose, nakalimutan na nila ang kabutihan nito sa kanila.

Matapos ang lahat, nagsimulang usigin ng mga Ehipcio ang mga Isrelita at ginawa silang mga alipin. Pinilit sila sa trabahong napakahirap.

Dagdag pa riyan, upang supilin ang pagdami ng bilang ng mga Israelita, ipinag-utos ni Faraon sa mga kumadronang Hebreo na nagpapaanak na patayin ang lahat ng bagong panganak na sanggol na lalaki.

Si Moises, na lider ng Exodo, ay ipinanganak sa madilim na kapanahunang ito.

Nakita ng kanyang ina kung gaano siya kaganda at itinago siya sa loob ng tatlong buwan. Dumating ang panahon na hindi na siya kaya pang itago, at siya ay inilagay sa isang basket na yari sa tambo at inilagay siya sa talahiban sa tabi ng ilog Nilo.

Nang oras na iyon, bumaba ang prinsesa ng Ehipto para maligo sa Nilo. Nakita niya ang basket at gusto niyang ampunin at itago ang sanggol. Minamatyagan ng kapatid na babae ni Moises ang mga pangyayari at agad na nirekomenda niya si

Jokebed, na tunay na ina ni Moises, na maging tagapag-alaga. Sa ganitong paraan, si Moises ay napalaki ng kanyang tunay na ina.

Mangyari pa, natutunan niya ang tungkol sa Diyos ni Abraham, Isaac, at Jacob at ang tungkol sa mga Israelita.

Sa paglaki niya sa palasyo ni Faraon, maraming kaalaman ang natutunan ni Moises na maghahanda at huhubog sa kanya bilang isang lider. Malinaw niyang natutunan ang tungkol sa kanyang bayan at sa Diyos. Ang pag-ibig niya para sa Diyos at para sa bayan niya ay lalo pang yumabong.

Hinirang ng Diyos si Moises bilang lider ng Exodo at simula sa kanyang kapanganakan ay natutunan at kinasanayan na niya ang pamumuno at pamamahala.

Si Moises At Si Faraon

Isang araw, nagkaroon ng matinding pangyayari sa buhay ni Moises. Palagi siyang nag-aalala sa kanyang bayan, ang mga Hebreo, at nababahala siya sa kanilang pagpapakahirap at pagdurusa bilang mga alipin. Nakita niyang binubugbog ng isang Ehipcio ang isang Hebreo. Hindi niya napigilan ang kanyang galit at napatay niya ang Ehipcio. Nalaman ng Faraon ang tungkol dito kaya kinailangang tumakas ni Moises.

Ginugol ni Moises ang sumunod na apatnapung taon bilang pastol ng mga tupa sa ilang ng Midian. Ang lahat ng ito ay kalooban ng Diyos para ihanda siya bilang pinuno ng Exodo. Sa apatnapung taong pagpapastol ng mga tupa ng kanyang biyenang lalaki, tinalikuran niya ang karangalan bilang isang prinsipe ng Ehipto at naging napaka mapagkumbaba niya.

Pagkatapos ng lahat ng ito, at saka pa lang siya tinawag ng Diyos bilang pinuno ng Exodo.

"At sinabi ni Moises sa Diyos, 'Sino ako, upang pumaroon kay Faraon, at upang ilabas sa Ehipto ang mga anak ni Israel?'" (Exodo 3:11).

Dahil si Moises ay nagpapastol lang ng mga tupa sa loob ng apatnapung taon, wala siyang tiwala sa kanyang sarili. Batid din ng Diyos ang puso niya, at Siya mismo ang nagpakita ng maraming mga tanda gaya ng tungkod na naging ahas. Hinayaan din siyang makarating kay Faraon at maihatid ang kautusan ng Diyos.

Nagpakumbaba ng lubusan si Moises at nagampanan ang pagsunod sa kautusan. Pero si Faraon ay hindi katulad ni Moises, mahigpit ito at matigas ang puso.

Ang taong matigas ang puso ay hindi magbabago kahit pa makakita ng maraming pagkilos ng Diyos. Sa isang kilalang talinghaga na ipinahayag ni Jesus sa Mateo 13:18-23, sa apat na uri ng lupa na paghahasikan, ang may matigas na puso ay masasabing nasa kategorya ng nasa 'tabi ng daan.' Sadyang matigas ito dahil dito naglalakad ang mga tao. Ang may ganitong uri ng puso ay hindi na magbabago pa kahit na masaksihan ang mga pagkilos ng Diyos.

Noong panahong iyon ang mga Ehipcio ay parang mga leon, may malakas at matapang na ugali. Ang kanilang hari, ang Faraon, ay may kapangyarihang hindi nababali, at itinuring ang kanyang sarili bilang diyos. Pinaglingkuran din siya ng mga tao na parang siya ay diyos.

Sinabi ni Moises ang tungkol sa Diyos sa mga taong may ganitong kultura. Wala silang alam sa Diyos na binabanggit ni Moises, na nag-uutos kay Faraon na palayain ang mga Israelita. Napakahirap para sa kanila ang makinig kay Moises.

Napakalaking pakinabang ang tinatamasa nila sa pagtatrabaho ng mga Israelita, kaya mas lalong mahirap na tanggapin ito.

Maging sa panahon ngayon, maraming mga tao ang nag-aakalang pinalamang ang kanilang karunungan, katanyagan, kapangyarihan, o kayamanan. Hinahanap nila ang sariling kapakanan at nagtitiwala sa kanilang sariling kakayahan. Mga arogante sila at matigas ang kanilang mga puso.

Naging matigas na ang puso ni Faraon at ng mga Ehipcio. Kaya hindi sila sumunod sa kalooban ng Diyos na sinabi ni Moises. Sumuway sila hanggang katapusan, at sa bandang huli, sila ay pinatay.

Kahit pa ang puso ni Faraon ay tumigas na, hindi pinahintulutan ng Diyos ang malalaking salot sa simula. Gaya ng nasabi na, *"Ang PANGINOON ay mapagpala at puno ng awa, hindi magagalitin at sa tapat na pag-ibig ay sagana"* (Mga Awit 145:8). Maraming beses na ipinakita sa kanila ng Diyos ang Kanyang kapangyarihan sa pamamagitan ni Moises. Nais ng Diyos na kilanin Siya at sundin. Subalit mas lalong nagmatigas si Faraon.

Nakikita ng Diyos ang puso at isipan ng bawat tao, at sinabi Niya at ipinabatid kay Moises ang lahat ng mga bagay na Kanyang gagawin.

"Subalit Aking papatigasin ang puso ni Faraon, at Aking pararamihin ang Aking mga tanda at mga kababalaghan sa lupain ng Ehipto. Ngunit si Faraon ay hindi makikinig sa inyo, at Aking ipapatong sa Ehipto ang Aking kamay at ilalabas Ko ang Aking mga hukbo, ang Aking bayan, na mga anak ni Israel, sa lupaing Ehipto sa pamamagitan ng mga dakilang gawa ng paghatol. Malalaman ng mga Ehipcio na Ako ang PANGINOON, kapag iniunat Ko sa Ehipto ang Aking kamay, at inilabas Ko ang mga anak ni Israel mula sa kanila" (Exodo 7:3-5).

Ang Pagmamatigas Ng Puso Ni Faraon At Ang Sampung Salot

Sa pagkakasunod-sunod ng pangyayari sa Exodo, maraming

ulit na binigkas ang mga salitang, *"Aking (Panginoon) papatigasin ang puso ni Faraon"* (Exodo 7:3). Sa literal na kahulugan, parang sinadya ng Diyos na gawing matigas ang puso ni Faraon, at maaaring isipin na para Siyang diktador. Pero hindi ito totoo.

Nais ng Diyos na ang bawat isa ay maligtas (1 Timoteo 2:4). Nais Niyang kahit na ang may pinakamatigas na puso ay makaunawa sa katotohanan at maligtas.

Ang Diyos ay ang Diyos ng pag-ibig. Hindi Niya sasadyain na patigasin ang puso ni Faraon para lang mahayag ang Kanyang kaluwalhatian. At batay sa katotohanang paulit-ulit Niyang isinugo si Moises kay Faraon, mauunawaan nating nais ng Diyos na si Faraon at ang bawat isa ay baguhin ang kanilang mga puso at sumunod sa Kanya.

Ginagawa ng Diyos ang lahat nang may kaayusan, may pag-ibig at may katarungan, ayon sa sinasabi ng Biblia.

Kung tayo ay gumagawa ng kasamaan at hindi nakikinig sa salita ng Diyos, ang kaaway na Diablo ang siyang mag-aakusa sa atin. Kaya nga humaharap tayo sa mga pagsubok at mga problema. Ang sinumang sumusunod sa salita ng Diyos at namumuhay sa katuwiran ay makakatanggap ng mga pagpapala.

Pinipili ng tao ang kanyang gagawin ng ayon sa sariling kagustuhan. Hindi pinapangalanan ng Diyos ang makakatanggap ng mga pagpapala at ang mga hindi. Kung ang Diyos ay hindi Diyos ng pag-ibig at katarungan, nagdulot na sana siya ng napakalaking salot sa Ehipto buhat pa sa simula, para sumunod na kaagad si Faraon. Ayaw ng Diyos ng "pwersahang pagsunod" na nangyayari dahil sa takot. Nais Niyang buksan ng tao ang puso nila at sundin Siya nang ayon sa kanilang pagkukusa.

Una, ipinapabatid Niya sa atin ang Kanyang kalooban at ipinapakita Niya ang Kanyang kapangyarihan para makasunod tayo. Pero kapag hindi tayo sumusunod, nagsisimula Siyang magbigay ng mahinang kalamidad para mapagtanto natin at saliksikin ang ating sarili.

Nalalaman ng Makapangyarihang Diyos ang puso ng mga tao. Alam Niya kapag ang kasamaan ay nabubunyag at kung paano natin maitataboy ang kasamaan at kung paano makakatanggap ng mga solusyon sa ating mga problema.

Kahit ngayon ginagabayan Niya tayo sa pinakamahusay na daan at nagpapahiwatig ng pinakamahusay na paraan patungo sa pagiging banal na mga anak ng Diyos.

Pana-panahon, niloloob Niya tayong makaranas ng mga pagsubok na mapagtatagumpayan. Ito ay ang paraan upang makita natin sa sarili ang ating kasamaan para ito maiwaksi. Habang maunlad ang ating kaluluwa, hinahayaan Niyang maging maayos ang lahat ng bagay para sa atin, at binibigyan tayo ng maayos na kalusugan.

Hindi iniwaksi ni Faraon ang kanyang kasamaan, nang ito ay maisiwalat. Pinatigas niya ang puso niya at patuloy na sinuway ang salita ng Diyos. Dahil alam ng Diyos ang pusong matigas ni Faraon, niloob Niya na mahayag ito sa pamamagitan ng mga salot. Ito ang dahilan kung bakit sinasabi sa Biblia, "Pinatigas ng PANGINOON ang puso ni Faraon."

Ibig sabihin ng 'pagkakaroon ng pusong matigas' ay maselan at matigas ang kalooban. Pero ang pusong matigas na nakatala sa Biblia tungkol kay Faraon ay hindi lamang pagsuway sa salita ng Diyos ng may kasamaan, kundi ang paninindigan laban sa Diyos.

Nabanggit na si Faraon ay mayroong napaka-makasariling pamumuhay, na sa tingin niya ay parang diyos na siya. Lahat ng tao ay sumusunod sa kanya, at wala siyang kinatatakutan. Kung siya ay may mabuting puso, naniwala na sana siya sa Diyos nang makita niya ang makapangyarihang pagkilos na ipinamalas sa pamamagitan ni Moises, kahit wala siyang kaalaman tungkol sa Diyos.

Halimbawa, si Nebukadnezar ng Babilonia na nabuhay mula 605 hanggang 562 BC, ay walang nalalaman tungkol sa Diyos, subalit nang masaksihan niya ang kapangyarihan ng Diyos sa pamamagitan ng tatlong kaibigan ni Daniel na sina Shadrac, Meshac at Abednego, kinilala niya ang Diyos.

"Nagsalita si Nebukadnezar at sinabi, 'Purihin ang Diyos nina Shadrac, Meshac at Abednego, na nagsugo ng Kanyang anghel, at nagligtas sa Kanyang mga lingkod na nagtiwala sa Kanya. Kanilang sinuway ang utos ng hari, at isinuko ang kanilang mga katawan kaysa maglingkod o sumamba

sa sinumang diyos, maliban sa kanilang sariling Diyos. Kaya't ako'y nag-uutos na ang bawat bayan, bansa, at wika, na magsalita ng anumang masama laban sa Diyos nina Shadrac, Meshac at Abednego, ay pagpuputul-putulin, at ang kanilang mga bahay ay gagawing bunton ng basura, sapagkat walang ibang diyos na makapagliligtas sa ganitong paraan'" (Daniel 3:28-29).

Napunta sa bansang Hentil sina Shadrac, Meshac at Abednego bilang mga bihag noong mga bata pa sila. Para masunod ang mga utos ng Diyos, hindi sila sumamba sa rebultong ginto. Ipinatapon sila sa nagniningas na hurno. Pero hindi sila nasaktan, kahit ang buhok nila ay hindi man lang nasunog. Nang masaksihan ito ni Nebukadnezar, kinilala agad niya ang buhay na Diyos.

Hindi lang niya kinilala ang makapangyarihang Diyos nang masaksihan niya ang pagkilos na hindi makakayang gawin ng tao; Niluwalhati din niya ang Diyos sa harapan ng buong bayan niya.

Gayon pa man, hindi kinilala ni Faraon ang Diyos kahit pa nakita niya ang Kanyang makapangyarihang pagkilos. Lalo pa niyang pinatigas ang puso niya. Matapos pagdusahan hindi lang isa o dalawang salot kundi ang sampung salot, doon lang niya pinayagang makalaya ang mga Israelita.

Dahil hindi pa totoong nagbabago ang matigas na puso

ni Faraon, pinagsisihan niya ang pagpapalaya sa mga Israelita. Ipinahabol niya sila sa kanyang hukbo, at bandang huli siya at ang kanyang hukbo ay nangamatay sa Dagat na Pula.

Ang Mga Israelita Ay Nasa Ilalim Ng Proteksiyon Ng Diyos

Ang buong lupain ng Ehipto ay napinsala ng mga salot at kahit na ang mga Israelita ay nasa Ehipto rin, hindi sila naapektohan ng anumang salot. Dahil binigyan sila ng Diyos ng espesyal na proteksiyon sa lupain ng Goshen kung saan sila nakatira.

Kung iingatan tayo ng Diyos, magiging ligtas tayo sa anumang kapahamakan at kapighatian. Kahit na magkaroon tayo ng karamdaman o kaya ay maharap sa paghihirap, gagaling tayo at malalampasan natin ang mga ito dahil sa kapangyarihan ng Diyos.

Hindi dahil sila ay sumampalataya at naging matuwid kaya sila iningatan. Sila ay nabigyan ng proteksiyon dahil sila ang piniling bayan ng Diyos. Hindi tulad ng mga Ehipcio, hinanap nila ang Diyos sa kanilang mga pagdurusa, at dahil kinilala nila, iniingatan sila ng Diyos.

Sa ganyan ding paraan, kahit tayo ay may kasamaan, dahil naging mga anak tayo ng Diyos, mabibigyan tayo ng proteksiyon mula sa mga kalamidad na darating sa mga hindi mananampalataya. Sapagkat tayo ay pinatawad na sa ating mga kasalanan sa pamamagitan ng dugo ni Jesu-Cristo at naging mga anak tayo ng Diyos. Samakatuwid, tayo ay hindi na mga anak ng diablo na siyang nagdadala ng mga pagsubok at sakuna sa atin. Bukod pa diyan, habang lumalago ang ating pananampalataya, sinusunod ang banal na Araw ng Diyos, nagwawaksi ng kasamaan, at sumusunod sa salita ng Diyos, at sa gayon ay makakatanggap tayo ng pag-ibig ng Diyos at ng mga pagpapala.

"At ngayon, O Israel, ano ba ang hinihingi sa iyo ng PANGINOON mong Diyos? Kundi matakot ka sa PANGINOON mong Diyos, lumakad ka sa lahat ng Kanyang mga daan, at ibigin mo Siya at paglingkuran mo ang PANGINOON mong Diyos ng buong puso at ng buong kaluluwa mo, na tuparin ang mga utos ng PANGINOON, at ang Kanyang mga tuntunin, na Aking iniuutos sa iyo sa araw na ito para sa iyong ikabubuti" (Deuteronomio 10:12-13).

Kabanata 2

Ang Buhay Ng Pagsuway At Ang Mga Salot

Exodo 7:8-13

Nagsalita ang PANGINOON kina Moises at Aaron, "Kapag sinabi ni Faraon sa inyo, 'Patunayan ninyo ang inyong mga sarili sa pamamagitan ng kababalaghan;' at iyo ngang sasabihin kay Aaron, 'Kunin mo ang iyong tungkod, at ihagis mo sa harap ni Faraon, upang ito'y maging isang ahas.'" Kaya't sina Moises at Aaron ay pumunta kay Faraon, at kanilang ginawa ang ayon sa iniutos ng PANGINOON. Inihagis ni Aaron ang kanyang tungkod sa harap ni Faraon at ng kanyang mga lingkod at ito'y naging ahas. Nang magkagayo'y ipinatawag naman ni Faraon ang mga pantas at ang mga manggagaway, at ang mga salamangkero sa Ehipto ay gumawa ng gayundin ayon sa kanilang mga lihim na kaalaman. Inihagis ng bawat isa ang kanya-kanyang tungkod, at naging mga ahas. Ngunit nilamon ng tungkod ni Aaron ang mga tungkod nila. Ang puso ni Faraon ay nagmatigas pa rin, at hindi niya pinakinggan sila gaya ng sinabi ng PANGINOON.

Tinanggihan ni Karl Marx ang Diyos. Itinatag niya ang komunismo batay sa materyalismo. Dahil sa teorya niya, napakaraming tao ang tumalikod sa paniniwala sa Diyos. Sa tingin, parang yayakapin ng buong mundo ang komunismo. Pero bumagsak ito sa loob ng 100 taon.

Tulad din ng pagbagsak ng komunismo, nagdusa si Marx sa personal na buhay niya dahil sa problema sa pag-iisip at sa maagang pagkamatay ng kanyang mga anak.

Si Friedrich W. Nietzsche na nagsabing patay ang Diyos, ay maraming naimpluwensiyahan para lumaban sa Diyos. Pero kinalaunan, nabaliw siya dahil sa takot at sa bandang huli ay nagwakas sa isang trahedya ang buhay.

Makikita natin na ang mga taong lumalaban sa Diyos at sumusuway sa Kanyang salita ay nagdurusa sa mga salot at nagkakaroon ng napakamiserableng buhay.

Mga Pagkakaiba Ng Salot, Pagsubok, Paghihirap, At Kapighatian

Mananampalataya man o hindi, ang lahat ay magkakaroon ng ilang uri ng problema sa buhay. Dahil ang ating buhay ay nasa kamay ng Diyos, ang pangangalaga Niya sa sangkatauhan ay dinisenyo para magkaroon Siya ng tunay na mga anak.

Magagandang bagay lang ang ibinigay ng Diyos sa atin. Pero dahil sa kasalanan na pumasok sa tao dahil kay Adan, ang mundong ito ay napasailalim sa kontrol ng kaaway na diablo at

Satanas. Mula noon, ang tao ay nagsimulang magdusa sa iba't ibang kahirapan at kalungkutan.

Dahil sa pagkamuhi, galit, kasakiman, kayabangan, at mapangalunyang isip, ang mga tao ay nagsimulang magkasala. Ayon sa bigat ng kasalanan, sila ay naharap sa pagdurusa sa lahat ng uri ng mga pagsubok na dinala ng kaaway na diablo at Satanas.

Kung sila ay nahaharap sa mahihirap na sitwasyon, sasabihin nila na ito ay isang kalamidad. Gayundin, kapag ang mananampalataya ay humaharap sa mahihirap na mga bagay, madalas nilang gamitin ang mga salitang, 'problema,' 'kapighatian,' o 'pagsubok.'

Ang Biblia rin ay nagsasabing, *"At hindi lamang gayon, kundi nagagalak rin tayo sa ating mga kapighatian sa pagkaalam na ang kapighatian ay nagbubunga ng pagtitiis, at ang pagtitiis ng pagpapatibay ng pag-asa"* (Roma 5:3-4).

Maging namumuhay man sa katotohanan o hindi ang bawat isa, at ayon sa sukat ng pananampalataya, matatawag itong mga kalamidad o mga salot, mga pagsubok o mga kapighatian.

Halimbawa, kapag ang isang tao ay may pananampalataya pero hindi siya kumikilos ng ayon sa salitang palagi niyang pinapakinggan, hindi siya maiingatan ng Diyos sa mga problema. Matatawag itong 'kapighatian.' Bukod dito, kung tatalikuran niya ang kanyang pananampalataya at kikilos ng labag sa katotohanan, magdurusa siya mula sa mga salot o kalamidad.

Gayundin, ipagpalagay na ang isang tao ay nakikinig sa

salita at nagsisikap na gampanan ang ito, pero hindi siya ganap na namumuhay sa salita sa ngayon, maaaring dumadaan siya sa proseso ng pakikipaglaban sa kanyang makasalanang likas. Kapag humaharap siya sa maraming uri ng problema at lumalaban sa kasalanan hanggang sa punto ng pagdanak ng dugo, sinasabi ng Biblia na siya ay nagdurusa sa mga pagsubok o kaya ay dinidisiplina siya. Ang tawag sa mga ito ay mga 'pagsubok.'

Gayundin, ang 'problema' ay isang pagkakataon para suriin kung gaano na lumago ang pananampalataya ng isang tao. Kaya sa mga taong nagsisikap na mamuhay sa pamamagitan ng salita, may mga pagsubok at problema na darating. Kung ang isang tao ay hihiwalay sa katotohanan at gagalitin ang Diyos, magdurusa siya sa 'kapighatian' o 'salot.'

Sanhi Ng Mga Salot

Kapag ang isang tao ay sinasadyang magkasala, tumatalikod ang Diyos sa kanya. Kaya ang kaaway na diablo at Satanas ay magdadala ng mga salot sa kanya. Ang mga salot ay dumarating hanggang sa abot ng hindi pagsunod sa salita ng Diyos.

Kung hindi siya manunumbalik kundi magpapatuloy pa sa pagkakasala kahit na dumaan siya sa pagdurusa sa mga salot, magdurusa pa siya ng mas higit pa katulad ng nangyari sa Sampung Salot sa Ehipto. Pero kung magsisisi at manunumbalik siya, ang mga salot ay mawawala kaagad sa pamamagitan ng awa ng Diyos.

Nakakaranas ng mga salot ang tao dahil sa kanilang kasamaan, at makakakita tayo ng dalawang grupo sa mga nagdudusang ito.

May isang grupo ang lumalapit sa Diyos at nagsisikap na magsisi at manumbalik dahil sa mga salot. Sa kabilang dako, ang isa pang grupo ay nagrereklamo sa Diyos, sinasabi nila, "Napakasipag kong magsimba, magdasal at mag-abuloy, bakit kinakailangan kong magdusa sa mga ganitong salot?"

Ang magiging resulta ay magkaibang-magkaiba. Sa naunang pangyayari, ang salot ay aalisin at ang awa ng Diyos ay mapapasakanila. Pero sa huli, hindi man lang nila mapagtatanto ang problema, kaya mas higit pang mga salot ang darating sa kanila.

Hanggang sa may kasamaan sa puso ng tao, magiging mahirap para sa kanyang kilalanin ang kasalanan niya at talikuran ito. Ang taong katulad nito ay may matigas na puso, hindi niya binubuksan ang pinto ng kanyang puso kahit na marinig niya ang ebanghelyo. Kahit pa nagkaroon siya ng pananampalataya, hindi pa rin niya maunawaan ang salita ng Diyos; dumadalo lang siya sa simbahan pero hindi binabago ang kanyang sarili.

Kaya kung ikaw ay naghihirap dahil sa isang salot, dapat mong mapagtanto na may isang bagay na hindi tama sa paningin ng Diyos, at kaagad kang tumalikod at nang makalayo sa salot.

Mga Pagkakataong Ibinigay Ng Dios

Tinanggihan ng Faraon ang salita ng Diyos na inihatid sa kanya sa pamamagitan ni Moises. Hindi niya tinalikuran ang masama nang may maliliit na salot na dumating, kaya kinailangan niyang tiisin ang mas malalaking salot. Noong nagpatuloy pa rin siya sa paggawa ng masama, ng pagsuway sa Diyos, naging napakahina ng bayan para makabawi pa. Namatay siya sa isang nakapanlulumong kamatayan. Isa nga siyang mangmang!

Pagkatapos nito, si Moises at si Aaron ay pumunta kay Faraon at sinabi, "Ganito ang sabi ng PANGINOON, ang Dios ng Israel, 'Hayaan mong umalis ang Aking bayan upang magdiwang sila ng kapistahan sa ilang para sa Akin'" (Exodo 5:1).

Nang hilingin ni Moises kay Faraon na payagan na ang mga Israelita ayon sa salita ng Diyos, tumanggi agad si Faraon.

Ngunit sinabi ni Faraon, "Sino ang PANGINOON na aking papakinggan ang kanyang tinig, upang pahintulutan kong umalis ang Israel? Hindi ko kilala ang PANGINOON at saka hindi ko papahintulutang umalis ang Israel" (Exodo 5:2).

Kanilang sinabi, "Ang Diyos ng mga Hebreo ay

nakipagtagpo sa amin. Ipinapakiusap namin sa iyo, pahintulutan mo kaming maglakbay ng tatlong araw sa ilang, at mag-alay sa PANGINOON naming Diyos, kung hindi ay darating Siya sa amin na may salot o tabak" (Exodo 5:3).

Nang marinig ni Faraon ang sinabi nina Moises at Aaron, inakusahan niya ng walang dahilan ang bayan ng Israel sa pagiging tamad at nag-iisip ng ibang bagay maliban sa kanilang trabaho. Inusig niya sila at dinagdagan ng pahirap ang mga ito sa kanilang trabaho. Dating binibigyan ng dayami ang mga Israelita sa paggawa ng tisa, ngunit ngayon sila ay pinagagawa ng parehong bilang ng mga tisa na walang ibinibigay na dayami. Hindi naging madali para sa mga Israelita na gumawa ng tisa na gamit ang dayami, pero ngayon ipinatigil pa nito ang pagbibigay sa kanila ng dayami. Makikita natin kung gaano katigas ang puso ni Faraon.

Habang humihirap ng husto ang trabaho ng mga Israelita, nagsimula silang magreklamo kay Moises. Pero isinugo ulit ng Diyos si Moises kay Faraon upang ipakita ang mga tanda. Binibigyan ng Diyos si Faraon ng pagkakataon para magsisi, sa pamamagitan ng pagpapakita sa kanya ng kapangyarihan ng Diyos.

Kaya't sina Moises at Aaron ay pumunta kay Faraon, at kanilang ginawa ang ayon sa iniutos ng PANGINOON. Inihagis ni Aaron ang kanyang tungkod sa harap ni Faraon at ng kanyang mga lingkod at ito'y naging ahas (Exodo 7:10).

Sa pamamagitan ni Moises, ang Diyos ay gumawa ng isang ahas mula sa isang tungkod, upang magpatotoo tungkol sa buhay na Diyos kay Faraon na hindi kilala ang Diyos.

Sa espirituwal na diwa, ang 'ahas' ay tumutukoy kay Satanas. At bakit gumawa ang Diyos ng isang ahas mula sa tungkod?

Ang lupa kung saan nakatayo si Moises at ang tungkod ay parte ng mundong ito. Ang mundong ito ay pag-aari ng kaaway na diablo at Satanas. Bilang simbolo ng katotohanang ito, gumawa ang Diyos ng isang ahas. Para sabihin sa atin na ang mga taong hindi matuwid sa paningin ng Diyos ay palaging tagatanggap ng mga gawa ni Satanas.

Si Faraon ay nanindigan laban sa Diyos, kaya hindi siya maaaring pagpalain ng Diyos. Kaya pinalitaw ng Diyos ang isang ahas, na simbolo ni Satanas. Para ito magbabala na magkakaroon ng mga gawa si Satanas. Ang mga sumusunod na mga salot tulad ng dugo, palaka, at kuto ay nangyari sa kagagawan ni Satanas.

Samakatuwid, ang isang tungkod na naging ahas ay isang hakbang na maaaring madama ng isang sensitibong tao na may maliliit na bagay na nangyayari. Maaari ring ipagpalagay na pagkakataon lang. Walang totoong pinsala ito. Pagkakataon itong ibinigay ng Diyos para magsisi ang isang tao.

Ipinasok Ni Faraon Ang Mga Mahiko Sa Ehipto

Nang makita ni Faraon ang tungkod ni Aaron na naging isang ahas, ipinatawag niya ang mga pantas at ang mga manghuhula sa Ehipto.

Sila ay mga mahiko ng palasyo at gumagawa ng salamangka para maaliw ang hari. Umangat ang posisyon nila sa pamamagitan ng mahika. Sapagkat ito ay minana nila sa kanilang mga ninuno, ipinanganak silang may ganoong gawi.

Kahit sa panahon ngayon, ilang mga mahiko ay nagagawang lumusot sa Great Wall of China sa harap ng maraming tao, o kaya naman ay nagagawa nilang mawala ang Statue of Liberty. Gayundin, may ilang tao ang nagsasanay sa Yoga sa mahabang panahon kaya nagagawa nilang matulog sa manipis na sanga, o manatili sa loob ng isang timba ng maraming araw.

Ang ilan sa gawang mahika ay pandaraya lang sa mata. Gayunman, sinasanay nila ang kanilang sarili para makagawa ng mga kamangha-manghang bagay. Kaya anong laking kapangyarihan mayroon ang mga salamangkero dahil sa harapan ng hari sila nagtatanghal sa loob ng maraming henerasyon! Lalo na sa kalagayan nila, maaari nilang sanayin ang kanilang sarili para makipag-ugnayan sa masasamang espiritu.

Ang ilang mahiko sa Korea ay may ugnayan sa mga demonyo, at sumasayaw sila sa napakatalim na pangtabas ng damo na hindi man lang nasasaktan. Ang mga mahiko ni Faraon ay nagkaroon din ng ugnayan sa masasamang espiritu at nagpakita ng maraming uri ng mga kababalaghan.

Ang mga mahiko sa Ehipto ay mahabang panahon nang sinasanay ang kanilang mga sarili, sa pamamagitan ng ilusyon at panlilinlang, itinapon nila ang isang tungkod at pinalitaw ito bilang ahas.

Ang Hindi Kumilala Sa Buhay Na Diyos

Nang inihagis ni Moises ang kanyang tungkod at naging ahas ito, si Faraon ay sandaling napaisip na may Diyos at ang Diyos ng Israel ang tunay na Diyos. Pero nang makita niya ang mga salamangkero na gumawa ng isang ahas, hindi na niya pinaniwalaan ang Diyos.

Ang mga ahas na ginawa ng mga mahiko ay kinain ng mga ahas na ginawa mula sa tungkod ni Aaron, pero inisip niya na nagkataon lang.

Sa pananampalataya, walang pagkakataon. Pero para sa isang bagong mananampalataya na katatanggap pa lang sa Panginoon, maraming mga gawa si Satanas na maaaring gumulo sa kanya sa paniniwala niya sa Diyos. Pagkatapos, maraming tao ang mag-iisip na pagkakataon lang ang mga ito.

Gayundin, ang ilang mananampalataya na katatanggap pa lang sa Panginoon ay nagkaroon ng solusyon sa kanilang mga problema sa tulong ng Diyos. Sa simula, kinikilala nila ang kapangyarihan ng Diyos, ngunit sa paglipas ng panahon, iniisip nila na pagkakataon lang.

Tulad ng nasaksihan ni Faraon na pagkilos ng Diyos na ginawang ahas ang tungkod, ngunit hindi kinilala ang Diyos, may mga taong hindi kinikilala ang Diyos na buhay kundi iniisip na ang lahat ng bagay ay pagkakataon lang kahit na naranasan na nila ang mga ginawa ng Diyos.

May mga taong naniwala ng lubos sa Diyos nang minsang naranasan nila ang pagkilos ng Diyos. Ang ilan naman ay kumikilala sa Diyos pero sa paglipas ng panahon, iniisip nilang nalutas ang mga problema nila dahil sa sariling kakayahan, kaalaman, karanasan, o sa tulong ng kapwa. Itinuturing na nagkataon lang ang ginawa ng Diyos.

Dahil dito, tinatalikuran na sila ng Diyos. Kaya ang problemang minsang nalutas ay maaaring bumalik muli.

Sa sitwasyong gumaling ang isang karamdaman, maaari itong maulit, o maaari itong maging mas malala pa. Sa problema naman sa negosyo, mas malala ang maaaring dumating kaysa sa dati.

Kapag ituturing nating nagkataon lang ang kasagutan ng Diyos, lalo tayong mapapalayo sa Kanya. Pagkatapos, mauulit lang ang problema o maaari tayong masadlak sa mas mahirap na sitwasyon.

Sa ganoon ding paraan, dahil itinuturing ni Faraon na nagkataon lang ang ginawa ng Diyos, nagsimula na siyang magdusa sa tunay na mga salot.

Ang puso ni Faraon ay nagmatigas pa rin, at

hindi niya pinakinggan sila gaya ng sinabi ng PANGINOON (Exodo 7:13).

Kabanata 3

Salot Ng Dugo, Palaka At Kuto

Exodo 7:20-8:19

Gayon ang ginawa nina Moises at Aaron, gaya ng iniutos ng PANGINOON. Kanyang itinaas ang tungkod at hinampas ang tubig na nasa ilog, sa paningin ni Faraon at ng kanyang mga lingkod, at ang lahat ng tubig na nasa ilog ay naging dugo (7:20).

At sinabi ng PANGINOON kay Moises, "Sabihin mo kay Aaron, 'Iunat mo ang iyong kamay na hawak ang iyong tungkod sa mga ilog, sa mga bambang, sa mga lawa, at magpaahon ka ng mga palaka sa lupain ng Ehipto!'" At iniunat ni Aaron ang kanyang kamay sa tubig sa Ehipto at ang mga palaka ay nag-ahunan at tinakpan ang lupain ng Ehipto (8:5-6).

Pagkatapos, sinabi ng PANGINOON kay Moises, "Sabihin mo kay Aaron, 'Iunat mo ang iyong tungkod, at hampasin mo ang alabok ng lupa, upang ito ay maging mga kuto sa buong lupain ng Ehipto.'" Gayon ang ginawa nila. Iniunat ni Aaron ang kanyang kamay hawak ang tungkod at hinampas ang alabok ng lupa, at nagkaroon ng kuto sa tao at sa hayop. Ang lahat ng alabok ng lupa ay naging mga kuto sa buong lupain ng Ehipto (8:16-17). Nang magkagayo'y sinabi ng mga salamangkero kay Faraon, "Ito ay daliri ng Diyos." Ngunit ang puso ni Faraon ay nagmatigas, at hindi niya pinakinggan, gaya ng sinabi ng PANGINOON (8:19).

Sinabi ng Diyos kay Moises na ang puso ni Faraon ay patitigasin, at tatanggi siyang palayain ang mga Israelita kahit na nakita niyang naging ahas ang tungkod. Pagkatapos, detalyadong sinabi ng Diyos kay Moises kung ano pa ang mga gagawin.

Pumunta ka kay Faraon kinaumagahan habang siya'y patungo sa tubig. Tumayo ka sa tabi ng ilog upang harapin siya at ang tungkod na naging ahas ay hawakan mo (Exodo 7:15).

Nagkatagpo si Moises at si Faraon na naglalakad sa may tabi ng ilog ng Nilo. Ipinahayag ni Moises ang salita ng Diyos habang hawak ang tungkod na naging ahas na nasa kanyang kamay.

Sasabihin mo sa kanya, "Sinugo ako sa iyo ng PANGINOON, ang Diyos ng mga Hebreo, na sinasabi, 'Payagan mong umalis ang aking bayan, upang sila'y makasamba sa Akin sa ilang. Ngunit hanggang ngayo'y hindi mo pa tinutupad.' Kaya't ganito ang sabi ng PANGINOON, 'Sa pamamagitan nito ay makikilala mo na Ako ang PANGINOON. Tingnan mo Aking hahampasin ng tungkod na nasa aking kamay ang tubig na nasa ilog at ito'y magiging dugo. Ang mga isda na nasa ilog ay mamamatay, ang ilog ay babaho, at ang mga Ehipcio ay mandidiring uminom ng tubig sa Nilo'" (7:16-18).

Salot Ng Dugo

Ang tubig ay isang bagay na napakahalaga sa atin at ito ay direktang may kinalaman sa ating buhay. Pitumpung porsyento ng katawan ng tao ay binubuo ng tubig; kailangang-kailangan ito para sa lahat ng may buhay.

Ngayon, sa paglaki ng populasyon ng mundo at pag-unlad ng ekonomiya, maraming mga bansa ay naghihirap dahil sa kakulangan ng tubig. Isinabatas ng United Nations ang 'World Water Day' para paalalahanan ang mga bansa sa kahalagahan ng tubig. Ito ay upang hikayatin ang mga tao na maging matalino sa paggamit ng limitadong mapagkukunan ng tubig.

Sa sina-unang Tsina, mayroon silang ministro para sa pagkontrol ng tubig. Nakikita natin ang tubig sa lahat ng dako sa ating paligid, pero kung minsan hindi natin nakikita kung gaano kahalaga nito sa ating buhay.

Napakalaking problema talaga kung ang lahat ng tubig sa bansa ay magiging dugo! Naranasan ni Faraon at ng mga Ehipcio ang kamangha-manghang bagay na ito. Ang Nilo ay naging dugo.

Pero pinatigas ni Faraon ang kanyang puso at hindi nakinig sa salita ng Diyos, dahil nakita rin niya nang gawing dugo ang tubig ng kanyang mga salamangkero.

Ipinakita sa kanya ni Moises ang buhay na Diyos, pero itinuring ni Faraon na ito ay pagkakataon lang at tinanggihan niya. Kaya dahil sa kasamaan niya, dumating ang salot sa kanya.

Ginawa ni Moises at Aaron ang anumang ipinag-uutos ng

Panginoon. Nakita ni Faraon at ng kanyang mga lingkod nang itinaas ni Moises ang tungkod at hampasin ang tubig na nasa Nilo at ang lahat ng tubig ay naging dugo.

Dahil dito, ang mga Ehipcio ay naghukay sa paligid ng Nilo upang makakuha ng tubig na maiinom. Ito ang unang salot.

Ang Espirituwal Na Kahulugan Ng Salot Ng Dugo

Ano ngayon ang nakapaloob na espirituwal na kahulugan sa salot ng dugo?

Ang mas malawak na bahagi ng Ehipto ay disyerto at ilang. Kaya napakalaki ng pagdurusa ni Faraon at ng kanyang nasasakupan dahil ang kanilang inuming tubig ay naging dugo.

Hindi lang ang mga inuming tubig at tubig para sa pang-araw-araw na buhay ang naapektuhan, maging ang isda sa tubig ay namatay, at nagkaroon ng mabahong amoy. Napakalaki ng pinsalang nangyari.

Sa ganitong diwa, ang espirituwal na kahulugan ng salot ng dugo ay mga pagdurusang may kinalaman sa ating pang-araw-araw na pamumuhay. Ito ang mga bagay na nakakagalit at nakakasakit, na nanggagaling sa pinakamalapit na tao sa paligid natin tulad ng miyembro ng pamilya, mga kaibigan, at mga kasamahan.

Tungkol naman sa buhay Cristiano natin, ang salot ay maaaring pag-uusig o pagsubok na nagmumula sa ating mga pinakamalapit na mga kaibigan, magulang, kamag-anak, o kapitbahay. Siyempre, ang mga may mas malaking antas ng pananampalataya ay mas madaling magtatagumpay pero ang mas magdudusa ang maliit ang pananampalataya.

Mga Pagsubok Na Dumarating Sa Mga May Kasamaan

May dalawang kategorya kapag tayo ay humaharap sa mga pagsubok.

Una ay ang pagsubok na dumarating kapag hindi tayo namumuhay sa salita ng Diyos. Sa oras na ito, kung tayo ay magsisisi at agad tatalikod, aalisin kaagad ng Diyos ang pagsubok.

Sinasabi sa Santiago 1:13-14, *"Huwag sabihin ng sinuman kapag siya'y tinutukso, 'Ako'y tinutukso ng Diyos,' sapagkat ang Diyos ay hindi natutukso ng masasama, at hindi rin Siya nanunukso sa sinuman. Ngunit ang bawat tao ay natutukso ng sarili niyang pagnanasa, kapag siya ay nahila at naakit nito."*

Ang dahilan kung bakit nahaharap tayo sa mga paghihirap ay hinihila kasi tayo ng ating mga paghahangad at hindi tayo namumuhay sa salita ng Diyos, kaya ang kaaway na diablo ang nagdadala ng mga pagsubok sa atin.

Pangalawa, kung minsan sinisikap nating maging tapat sa ating buhay Cristiano, ngunit nahaharap pa rin sa ilang pagsubok. Ang mga nakakagulong gawa ni Satanas ay sinusubukan tayo para talikuran natin ang ating pananampalataya.

Kung makikiayon tayo, mas magiging malala pa ang paghihirap at hindi tayo makakatanggap ng pagpapala. May mga taong nawawala pati ang mahinang pananampalataya nila at nanunumbalik sa mundo.

Gayon pa man, nangyayari ang dalawang sitwasyon dahil may taglay tayong kasamaan. Kaya kinakailangan nating pagsikapang alamin ang masasamang bagay na nasa atin at talikuran ang mga ito. Kailangan tayong manalangin nang may pananampalataya at magpasalamat. Pagkatapos nito, maaari na nating mapagtagumpayan ang mga pagsubok.

Tulad ng paglulon ng ahas ni Moises sa mga ahas ng mga salamangkero, ang mundo ni Satanas ay nakapailalim din sa kontrol ng Diyos. Nang unang tawagin ng Diyos si Moises, nagpakita Siya ng isang tanda na ang tungkod ay ginawang ahas at ibinalik muli sa pagiging tungkod (Exodo 4:4). Sumisimbolo ito sa katotohanan na kahit na may pagsubok na dumating sa atin sa pamamagitan ng mga gawa ni Satanas, kung ipapakita natin ang ating pananampalataya sa pamamagitan ng ganap na pag-asa sa Diyos, mababawi at maibabalik ng Diyos ang lahat ng bagay sa normal.

Taliwas dito, kung makikiayon tayo, hindi ito pananampalataya, at hindi natin mararanasan ang mga gawa ng Diyos. Kung tayo ay nahaharap sa pagsubok, dapat tayong buong-buong umasa sa Diyos at tingnan ang gagawin Niyang pag-alis ng pagsubok buhat sa Kanyang kapangyarihan.

Ang lahat ng bagay ay nasa ilalim ng kontrol ng Diyos. Kaya, kung ito man ay maliit o malaki, sa anumang uri ng pagsubok, kung tayo ay aasa lang ng husto sa Diyos at susundin ang mga salita Niya, ang pagsubok ay hindi na magiging mahalaga sa atin. Mismong ang Diyos na ang lulutas ng problema at gagabayan Niya tayo sa kaginhawahan sa lahat ng bagay.

Pero ang mahalaga, kung maliit na salot lang ito, madali tayong makakabawi, ngunit sa malaking salot, hindi madaling makabawi. Kaya kailangan natin laging suriin ang ating mga sarili batay sa salita ng katotohanan, iwaksi ang anumang uri ng kasamaan, at mamuhay sa salita ng Diyos, para hindi tayo maharap sa anumang salot.

Ang Layunin Ng Mga Pagsubok Sa Mga Mananampalataya Ay Para Sa Pagpapala

Mayroon din namang mga natatanging sitwasyon. Kahit ang mga taong may malaking pananampalataya ay maaaring makaranas ng mga pagsubok. Si apostol Pablo, Abraham, si Daniel at ang tatlong kaibigan, at si Jeremias, ay nagdusa sa mga pagsubok. Kahit na si Jesus ay tinukso ng demonyo ng tatlong beses.

Ang mga pagsubok na dumarating sa mga may pananampalataya ay para sa mga pagpapala. Kung nagagalak sila, nagpapasalamat at umaasa ng buong-buo sa Diyos, ang mga pagsubok ay magiging mga pagpapala at makakapagbigay sila ng luwalhati sa Diyos.

Kaya posible para sa mga mananampalataya na makaranas ng mga pagsubok dahil sila ay makakatanggap ng pagpapala sa pagtatagumpay sa mga ito. Gayunman, hindi kailanman sila makakaranas ng salot. Ang mga salot ay darating sa isang taong gumagawa ng mga kasalanan at kasamaan sa paningin ng Diyos.

Halimbawa, si apostol Pablo ay inusig ng husto dahil sa paninindigan sa Panginoon, pero sa pamamagitan nito tumanggap siya ng mas higit na kapangyarihan at ginampanan ang mahalagang papel sa pagbabahagi ng ebanghelyo sa Imperyong Romano bilang apostol ng mga Hentil.

Si Daniel ay hindi nakipagkasundo sa maling sistemang ginawa ng masasamang tao na naiinggit sa kanya. Hindi siya tumigil sa pananalangin, kundi lumakad lang sa katuwiran. Sa bandang huli, itinapon siya sa yungib ng mga leon, ngunit hindi siya nasaktan man lang. Niluwalhati niya ng labis ang Diyos.

Naghinagpis at nagbabala si Jeremias sa mga tao nang sila ay patuloy na nagkakasala sa harapan ng Diyos. Dahil dito, pinagpapalo at ikinulong siya. Pero kahit na sa isang sitwasyon kung saan ang Jerusalem ay nasakop ni Nebukadnezar ng Babilonia at maraming tao ang namatay at nabihag, si Jeremias ay nailigtas at pinakitunguhan ng maayos ng hari.

Sa pamamagitan ng pananampalataya, nalampasan ni Abraham ang pagsubok ng paghahandog ng kanyang anak na si Isaac, at tinawag siyang kaibigan ng Diyos. Nakatanggap siya ng dakilang pagpapala sa espirituwal at pisikal, na kahit na ang hari ng isang bansa ay tinanggap siya nang may karangalan.

Tulad ng naipaliwanag na, sa maraming sitwasyon, ang mga pagsubok ay dumarating sa atin dahil sa mga kasamaang nasa atin. Pero may mga natatanging sitwasyon kung saan ang mga lingkod ng Diyos ay nagkakaroon ng mga pagsubok sa kanilang pananampalataya. Pero ang resulta ng mga ito ay pagpapala.

Salot Ng Mga Palaka

Pagkatapos ng pitong araw mula nang maging dugo ang Nilo, matigas pa rin ang puso ni Faraon. Dahil nagawa ring dugo ang tubig ng kanyang mga salamangkero, tumanggi siyang palayain ang bayan ng Israel.

Bilang hari ng isang bansa, dapat ay nagpapahalaga si Faraon sa kaginhawahan ng kanyang bayan na naghihirap dahil sa kakulangan ng tubig. Pero wala siyang pakialam dito, dahil matigas ang puso niya.

Dahil sa pagmamatigas niya, dumating ang pangalawang salot na nagpahirap sa Ehipto.

Ang ilog ay mapupuno ng mga palaka, na aahon at papasok sa iyong bahay, tulugan, higaan, at sa bahay ng iyong mga lingkod, sa iyong bayan, mga hurno, at sa iyong mga masahan ng tinapay. Aakyatin ka ng mga palaka at ang iyong bayan, at ang lahat ng iyong mga lingkod (Exodo 8:3-4).

Katulad ng sinabi ng Diyos kay Moises, nang iniunat ni Aaron ang kanyang kamay na hawak ang tungkod sa tubig ng Ehipto, hindi mabilang na mga palaka ang nagsimulang sakupin ang buong lupain ng Ehipto. At gayundin ang ginawa ng mga salamangkero gamit ang kanilang lihim na karunungan.

Maliban sa Antartica, may higit 400 na iba't ibang uri ng palaka sa buong mundo. Ang kanilang mga sukat ay magkakaiba, mula sa 2.5 cm hanggang 30 cm.

May mga taong kumakain ng palaka, pero kadalasan, nagugulat o nandidiri ang tao kapag nakakakita ng palaka. Nakaluwa ang mga mata nito at walang buntot. Magkakadikit ang mga paa at palaging basa ang balat. Lahat ng ito ay nagdudulot ng hindi magandang pakiramdam.

Hindi lang dalawang palaka ang dumating, kundi napakarami ang sumakop sa buong bansa. Nagpuntahan sila sa hapag-kainan at tumatalon-talon sa paligid ng tulugan at sa mga kama. Nawalan na ng ganang kumain ang mga tao at hindi na nakapagpahinga ng maayos at payapa.

Ang Espirituwal Na Kahulugan Ng Salot Ng Mga Palaka

Ano ang espirituwal na kahulugan na nakapaloob sa salot ng mga palaka?

Ang Aklat ng Pahayag (Apocalipsis) 16:13 ay may sinabi, *"...ang tatlong karumaldumal na espiritu tulad ng mga palaka."* Ang palaka ay isa sa mga kasuklam-suklam na hayop, at sa espirituwal na diwa, tumutukoy ito kay Satanas.

Ang palaka na nagpasukan sa palasyo ng hari at sa mga bahay ng mga ministro at ng taong bayan ay nangangahulugang pare-pareho lang silang napinsala, anuman ang kanilang posisyon sa lipunan.

Gayundin, ang ibig sabihin ng mga palakang nagparoo't parito sa mga kama ay magkakaroon ng mga problema sa pagitan ng mga mag-asawa.

Halimbawa, ang misis ay mananampalataya pero ang kanyang mister ay hindi, at ito ay nagkaroon ng relasyon sa ibang babae. Nang mahuli siya, ang dahilan niya ay "Palagi ka kasing nasa simbahan."

Kung si misis ay maniniwala sa kanyang asawa, na sinisisi ang iglesya sa kanilang personal na mga problema, at lalayo na sa Diyos, ang problemang ito ay dahil kay 'Satanas na nasa silid-tulugan.'

Nahaharap ang tao sa ganitong uri ng salot dahil may taglay silang kasamaan. Mukhang maayos na namumuhay sila sa pananampalataya pero kapag nagkaroon ng pagsubok, nayayanig na ang puso nila. Nawawala na ang kanilang pananampalataya at pag-asa para sa langit. Nawawala rin ang kanilang kagalakan at kapayapaan, at natatakot silang harapin ang katotohanan ng sitwasyon.

Ngunit kung sila ay may tunay na pag-asa sa langit at pag-ibig para sa Diyos, at kung tunay ang kanilang pananampalataya, hindi sila magdurusa dahil sa paghihirap na kanilang pinagdadaanan sa mundong ito. Sa halip, pagtatagumpayan nila ang mga ito at magsisimulang makatanggap ng mga pagpapala.

Ang mga palaka ay nagsipasok sa mga hurno at mga pangmasang mangkok. Ang pangmasang mangkok ay tumutukoy sa ating pang-araw-araw na pagkain, at ang hurno ay ang lugar na pinagtatrabahuhan natin o ang lugar ng ating negosyo. Ang ibig sabihin nito, gumagawa si Satanas sa mga pamilya, sa mga trabaho, sa mga negosyo, at maging sa mga pang-araw-araw na pagkain natin, kaya ang bawat isa ay nalalagay sa mahihirap at nakaka-stress na sitwasyon.

Sa ganitong sitwasyon, may mga taong hindi nagtatagumpay sa pagsubok, iniisip nila, "Ang mga pagsubok na ito ay dumarating dahil sa pananampalataya ko kay Jesus," at pagkatapos ay manunumbalik sila sa mundo. Paglayo ito sa daan ng kaligtasan at buhay na walang hanggan.

Subalit kung tinatanggap nila na ang tunay na dahilan ng kanilang pagdurusa ay ang kakulangan ng pananampalataya at mayroon silang kasamaan sa puso, at pagkatapos ay magsisisi sila, ang panggugulo ni Satanas ay mawawala, at tutulungan sila ng Diyos na mapagtagumpayan ang mga paghihirap na ito.

Kung tunay ngang tayo ay may pananampalataya, walang anumang pagsubok o salot ang magiging problema natin. Kahit pa tayo ay humarap sa isang pagsubok, kung tayo'y magagalak, magpapasalamat, at magiging alerto at mananalangin, ang lahat ng mga problema ay maaaring malutas.

> *Nang magkagayo'y tinawag ni Faraon sina Moises at Aaron at sinabi, "Pakiusapan ninyo ang PANGINOON na alisin ang mga palaka sa akin at sa aking bayan, at aking papayagang umalis ang bayan upang sila'y makapaghandog sa PANGINOON"* (Exodo 8:8).

Hiniling ni Faraon kay Moises at Aaron na alisin ang mga palaka na nagkalat sa buong bansa. Sa pamamagitan ng panalangin ni Moises, nangamatay ang mga palaka sa mga bahay, mga looban at sa mga palayan.

Tinipon ng mga tao ang mga ito ng bunton-bunton, at naging napakabaho ng lupain. Pagkatapos, nagkaroon sila ng kaginhawahan. Nang makita ni Faraon ang kaginhawahan, nagbago na naman ang kanyang isip. Nangako siyang paaalisin ang mga Israelita kung tatanggalin ang mga palaka ngunit binago niyang muli ang kanyang isip.

> *Ngunit nang makita ni Faraon na nagkaroon ng sandaling ginhawa, pinagmatigas niya ang kanyang puso, at hindi niya dininig sila; gaya ng sinabi ng PANGINOON* (Exodo 8:15).

'Ang pagmamatigasin ng kanyang puso' ay nangangahulugang

matigas ang ulo ni Faraon. Matapos na makita ang sunod-sunod na mga pagkilos ng Diyos, hindi siya nakinig kay Moises. Bilang resulta, isa pang salot ang muling nagpahirap sa kanila.

Ang Salot Ng Mga Kuto

Sinabi ng Diyos kay Moises sa Exodo 8:16, *"Sabihin mo kay Aaron, 'Iunat mo ang iyong tungkod, at hampasin mo ang alabok ng lupa, upang ito ay maging mga kuto sa buong lupain ng Ehipto.'"*

Nang ginawa nina Moises at Aaron ang sinabi sa kanila, ang alabok ng lupa ay naging mga kuto, sa buong lupain ng Ehipto.

Sinubukan ng mga mahiko sa pamamagitan ng kanilang mga lihim sa sining na maglabas din ng mga kuto, ngunit hindi nila magawa. Sa wakas ay napagtanto nila na hindi ito maaaring gawin sa pamamagitan ng anumang kapangyarihan ng tao at sinabi nila ito sa hari.

Ito ay daliri ng Diyos (Exodo 8:19).

Hanggang ngayon, ang mga salamangkero ay nakakagawa ng mga bagay tulad ng tungkod na nagiging ahas, tubig na nagiging dugo, at pagpapakalat ng palaka. Pero hindi hindi na nila kaya ang katulad ng kuto.

Sa huli, nararapat lang na kilanlinin nila ang kapangyarihan ng Diyos na naihayag sa pamamagitan ni Moises. Nagmatigas pa rin ang puso ni Faraon at hindi nakinig kay Moises.

Ang Espirituwal Na Kahulugan Ng Salot Ng Mga Kuto

Sa Hebreo ang salitang 'Kinim' ay may iba't ibang salin gaya ng 'lisa, garapata, o kuto.' Ang ganitong mga insekto ay karaniwang maliliit, nabubuhay sa napakaruruming lugar. Dumidikit sila sa katawan ng tao o hayop at sumisipsip ng dugo. Kadalasan itong matatagpuan sa buhok, damit, o balahibo ng mga hayop. Mayroong higit sa 3,300 na iba't ibang uri ng kuto. Kapag sumisipsip sila ng dugo sa katawan ng tao, napakakati nito. Maaari ring magkaroon ng impeksiyon tulad ng pabalik-balik na lagnat o tipus.

Sa ngayon, hindi na madaling makita ang mga kuto sa malinis na lungsod, pero marami pa ring ganoong mga insekto na nasa katawan ng tao kung kulang sa kalinisan.

Kaya, ano nga ba ang tinutukoy na salot ng kuto?

Ang alikabok ng lupa ay naging mga kuto. Napakaliit na bagay nito na kayang-kayang hipan sa ating paghinga. Ang sukat nito ay mula 3-4μm (micrometer) hanggang sa 0.5 mm.

Wala halos halagang bagay ang katulad ng alikabok na nagiging buhay na kuto na sumisipsip ng dugo at nagbibigay ng kahirapan at pagdurusa, ang salot ng kuto ay sumisimbolo sa mga sitwasyon na ang maliliit na bagay na mukhang balewala ay biglang lumilitaw at lumalaki para bigyan tayo ng hirap at pasakit.

Karaniwan, ang pangangati ay hindi gaanong masakit kumpara sa ibang karamdaman, pero nakakairita ito. Gayundin, dahil ang mga kuto ay nabubuhay sa maruruming lugar, ang salot ng kuto ay dumarating sa lugar na may kasamaan.

Halimbawa, ang maliit na pagtatalo sa pagitan ng magkapatid o ng mag-asawa ay maaaring mauwi sa malaking pag-aaway. Kapag mapag-uusapan nila ang isang maliit na bagay na nangyari noong nakaraan, maaari ring humantong sa malaking gulo. Isang salot din ito ng kuto.

Kung ang mga kasamaang tulad ng inggit at pagseselos ay lumala sa puso at naging pagkamuhi, kapag ang isang tao ay nabigong pigilan ang kanyang init ng ulo at nagalit sa isang tao, kapag ang maliit na kasinungalingan ay nauwi sa malaking kasinungalingan para itago ito, ang lahat ng mga ito ay halimbawa ng salot ng mga kuto.

Kung may nakatagong kasamaan sa puso ng isang tao, may kirot siya sa puso niya. Maaari niyang maramdaman na mahirap ang maging isang Cristiano. Maaaring magkasakit siya ng hindi naman malubhang sakit. Ang mga bagay na ito ay salot din ng mga kuto. Kung bigla tayong nagkakalagnat o nagkakasipon, o kung tayo ay nagkakaroon ng maliliit na pagtatalo at mga problema, dapat agad tayong manumbalik at magsisi.

Ngayon, ano naman ang ibig sabihin ng kuto sa mga hayop? Ang mga hayop ay mga buhay na nilalang at noong panahong iyon, ang bilang ng mga hayop, kasama ang mga lupain, ay sukatan kung gaano kayaman ang isang tao. Ang hari, mga ministro, at mga tao ay may mga ubasan at nag-aalaga ng mga hayop.

Ano ang ating mga ari-arian sa ngayon? Hindi lang mga bahay, lupa, negosyo o trabaho kundi pati na rin ang mga miyembro ng pamilya ay nabibilang sa kategorya ng ating 'pag-aari.' At dahil ang mga hayop ay buhay, tumutukoy ito sa mga miyembro ng pamilya na namumuhay ng sama-sama.

'Ang mga kuto na nasa mga tao at mga hayop' ay nangangahulugang habang ang maliit na problema ay lumalaki, hindi lang tayo kundi pati na rin ang mga miyembro ng pamilya ay magdurusa.

Halimbawa ay mga sitwasyong nagdurusa ang anak dahil sa mga maling gawain ng mga magulang, o kaya naman ay naghihirap si mister dahil sa kasalanan ng kanyang asawa.

Sa Korea, maraming mga bata ang nagdurusa sa sakit sa balat. Nagsisimula ito sa pangangati, at agad itong kakalat sa buong katawan at magkakaroon ng mga nana at pigsa.

Sa malalang sitwasyon, ang mga balat ng mga bata ay nagkakaroon ng mga sugat-sugat mula sa kanilang ulo hanggang sa mga daliri ng paa na naglalabas ng mga nana. Ang sugat ng kanilang mga balat ay nababalutan ng nana at dugo.

Kapag nakikita ng mga magulang ang kanilang mga anak

na nasa ganitong sitwasyon, nadudurog ang kanilang mga puso dahil wala naman silang magagawa para sa kanilang mga anak. Gayundin, kapag ang mga magulang ay nagagalit, ang kanilang mga maliliit na anak kung minsan ay nakakaranas ng biglaang lagnat. Sa maraming pagkakataon, ang mga karamdaman ng mga anak ay dulot ng mga maling gawain ng kanilang mga magulang. Sa sitwasyong ito, kung susuriin ng mga magulang ang kanilang buhay at magsisisi dahil hindi maayos ang pagtupad sa kanilang tungkulin, pakikipag-away sa kapwa, at anumang hindi matuwid sa paningin ng Diyos, ang kanilang mga anak ay kaagad na gagaling.

Maaari nating makita na pag-ibig din ito ng Diyos, hinayaan Niyang mangyari ang mga bagay na ito. Ang salot ng mga kuto ay dumarating sa atin kapag tayo ay may kasamaan. Kaya, hindi natin dapat ipalagay na nagkataon lang ang maliliit na bagay kundi tingnan ang kasamaang taglay natin at magsisi at humiwalay sa mga ito.

Kabanata 4

Salot Ng Langaw, Peste At Pigsa

Exodo 8:21-9:11

"Gayon ang ginawa ng PANGINOON, at pumasok ang pulu-pulutong na langaw sa bahay ng Faraon, at sa bahay ng kanyang mga lingkod: at sa buong lupain ng Ehipto ay nasira ang lupain dahil sa mga pulu-pulutong na langaw" (Exodo 8:24).

"Ang kamay ng PANGINOON ay magbibigay ng matinding salot sa iyong hayop na nasa parang, sa mga kabayo, mga asno, mga kamelyo, mga baka at sa mga kawan. Kinabukasan ay ginawa ng PANGINOON ang bagay na iyon. Ang lahat ng hayop sa Ehipto ay namatay ngunit sa hayop ng mga anak ni Israel ay walang namatay kahit isa" (9:3, 6).

"Kaya't sila'y kumuha ng abo sa hurno, at tumayo sa harap ni Faraon. Isinaboy ito ni Moises sa himpapawid; at naging pigsang sumusugat sa tao at sa hayop. Ang mga salamangkero ay hindi makatayo sa harap ni Moises dahil sa mga pigsa; sapagkat nagkapigsa ang mga salamangkero at ang lahat ng mga Ehipcio" (9:10-11).

Kinilala ng mga salamangkerong Ehipcio ang kapangyarihan ng Diyos matapos na makita ang salot ng mga kuto. Subalit nagmatigas pa rin ang puso ni Faraon at hindi pa rin nakinig kay Moises. Ang kapangyarihan ng Diyos na ipinakita hanggang sa oras na iyon ay sapat na para maniwala sa Kanya. Pero umasa lang siya sa sariling lakas at kapangyarihan at itinuring na diyos ang kanyang sarili, at hindi siya natakot sa Diyos.

Ang mga salot ay nagpatuloy, pero hindi pa siya nagsisi kundi mas nagmatigas pa ang puso niya. Kaya mas naging malala pa ang mga salot. Hanggang sa puntong may salot ng mga kuto, maaari pa silang makabawi kaagad kung sila ay manunumbalik. Pero sa puntong ito, magiging mahirap para sa kanila ang makabawi pa.

Ang Salot Ng Mga Langaw

Maagang nagtungo si Moises kay Faraon, ayon sa sinabi ng Diyos. Muli siyang naghatid ng mensahe ng Diyos na payagan nang makaalis ang bayan ng Israel.

Pagkatapos ay sinabi ng PANGINOON kay Moises, "Bumangon ka nang maaga sa kinaumagahan, at tumayo ka sa harapan ni Faraon habang siya ay patungo sa tubig, at sabihin mo sa kanya, 'Ganito ang sabi ng PANGINOON, Pahintulutan mong umalis ang Aking bayan upang sila'y makasamba sa akin'" (Exodo 8:20).

Gayon pa man, hindi pa rin nakinig kay Moises si Faraon. Dahil dito dumating sa kanila ang salot ng mga langaw, hindi lang sa palasyo ni Faraon at sa mga bahay ng mga ministro, kundi sa buong lupain din ng Ehipto. Ang buong kalupaan ay napuno ng mga langaw.

Nakakapinsala ang mga langaw. Nagdadala ang mga ito ng sakit gaya ng tipus, kolera, tuberkulosis, at ketong. Ang ordinaryong langaw ay maaaring mangitlog kahit saan, kahit sa dumi ng tao at sa basurahan. Kahit ano ay kinakain nila, dumi man o pagkain. Mabilis ang kanilang panunaw at tuwing ikalimang minuto ay dumudumi sila.

Iba't ibang uri ng organismong pinanggagalingan ng sakit ay maaaring maiwan sa pagkain ng tao o kagamitan at maaaring pumasok sa katawan ng tao. Ang kanilang bibig at paa ay may likido na maaaring magdala ng mga organismong ito. Isa sila sa pinaka-dahilan ng mga sakit na nakakahawa.

Sa ngayon, marami na tayong mga paraan kung paano maiiwasan at pagagalingin ang mga sakit na ito, at hindi na ganoon karami ang mga sakit na dala ng langaw. Pero noong araw kung may nausong nakakahawang sakit, marami ang namamatay. Gayundin, bukod sa nakakahawang mga sakit, kapag ang mga langaw ay dumapo sa pagkain natin, mahirap nang kainin dahil marumi na ito.

At hindi lang isa o dalawang langaw, kundi napakaraming langaw ang sumakop sa buong lupain ng Ehipto. Napakasaklap nito para sa mga tao! Malamang na natakot sila sa mga nakita nila sa kanilang paligid.

Ang buong lupain ng Ehipto ay napinsala ng mga kakila-kilabot na pulu-pulutong na mga langaw. Ibig sabihin, ang paghihimagsik ay hindi lang mula kay Faraon kundi maging sa lahat ng mga Ehipcio na nagkalat sa buong lupain ng Ehipto.

Para maging malinaw ang kaibahan sa pagitan ng mga Israelita at ng mga Ehipcio, walang langaw na ipinadala sa lupain ng Gosen na tinitirahan ng mga Israelita.

Humayo kayo, maghandog kayo sa inyong Diyos sa loob ng lupain (Exodo 8:25).

Bago pa ipinadala ng Diyos ang unang salot, nag-utos Siya sa kanila na maghandog sa ilang, ngunit sinabi ni Faraon sa kanila na maghandog sa Diyos sa loob ng lupain ng Ehipto. Tinaggihan ni Moises ang mungkahing iyon at sinabi niya ang dahilan.

Hindi tama na gayon ang aming gawin, sapagkat aming iaalay sa PANGINOON naming Dios ang mga handog na karumaldumal sa mga Ehipcio. Kung ihahandog ba namin ang mga handog na karumaldumal sa mga Ehipcio sa harap ng kanilang paningin, hindi ba nila kami babatuhin? (Exodo 8:26).

Nagpatuloy si Moises sa sinasabi niyang pupunta sila sa ilang ng tatlong araw at susundin lang ang utos ng Diyos. Sumagot si

Faraon at sinabing huwag silang gaanong lumayo at ipanalangin din siya.

Sinabi ni Moises kay Faraon na ang mga langaw ay mawawala sa susunod na araw, at sinabi rin na maging tapat sa kanyang sinabing papalayain ang bayang Israel.

Pagkatapos umalis ang mga langaw dahil sa panalangin ni Moises, nagbago muli ang isip ni Faraon at hindi pinayagang makalaya ang bayan ng Israel. Sa pamamagitan nito, mauunawaan natin kung gaano siya katuso at manloloko. Makikita rin natin kung bakit patuloy siyang makakaranas ng mga salot.

Espirituwal Na Kahulugan Ng Salot Ng Langaw

Tulad din ng mga langaw na nagmumula sa maruruming lugar at nagdadala ng mga nakakahawang sakit, kung ang puso ng isang tao ay masama at marumi, magsasalita siya ng masasamang salita, magiging sanhi ng iba't ibang sakit o mga problema. Ito ang salot ng mga langaw.

Ang uri ng salot na ito, kapag dumating, ay hindi lang darating sa isang tao kundi pati na rin sa kanyang asawa at sa lugar na pinagtatrabahuhan.

Sinasabi sa Mateo 15:18-19, *"Ngunit ang mga bagay na lumalabas sa bibig ay nagmumula sa puso, at siyang nagpaparumi sa tao. Sapagkat nagmumula sa puso ang masasamang pag-iisip, pagpatay, mga pangangalunya, pakikiapid, pagnanakaw, pagsaksi sa kasinungalingan, at paglapastangan."*

Anuman ang nasa puso ng tao ay lumalabas sa kanyang mga labi. Mula sa mabuting puso, mabuting mga salita ang lalabas, ngunit mula sa maruming puso, maruming mga salita ang lalabas. Kung tayo ay sinungaling at tuso, may pagkamuhi at galit, ang ganoong uri ng mga salita at gawa ang lalabas.

Ang paninirang-puri, paghusga, paghatol at pagsumpa ay nagmumula sa masama at maruming puso. Ito nga ang dahilan kaya sinasabi sa Mateo 15:11, *"Hindi ang pumapasok sa bibig ang nagpaparumi sa tao; kundi ang lumalabas sa bibig ang nagpaparumi."*

Kahit na ang hindi mananampalataya ay nagsasabi ng mga bagay tulad ng, "Ang mga salita ay nahuhulog tulad ng mga buto," o "Kapag natapon ang tubig, hindi na maaaring ibalik pa ulit ito."

Hindi mo basta-basta mabubura ang anumang sinabi mo. Lalo na sa buhay ng isang Cristiano, ang patotoo ng mga labi ay napakahalaga. Ayon sa kung ano ang mga sinasabi mo, maging ito ay positibo o negatibo, maaaring magkaroon ng iba't ibang resulta para sa iyo.

Kung may sipon tayo o nakakahawang sakit na hindi naman malala, kasama ito sa kategorya ng salot ng mga kuto. Kaya kung magsisi kaagad tayo, maaari pang makabawi. Ngunit sa salot ng mga langaw, hindi tayo makakabawi kaagad kahit magsisi pa tayo. Dahil sanhi ito ng mas mabigat na kasamaan, at dapat nating harapin ang parusa.

Kaya kung tayo ay naghihirap sa salot ng mga langaw, dapat

nating balikan ang mga ginawa at pagsisihan ng lubos ang masasamang salita at mga bagay na ginawa. Pagkatapos nating magsisi at saka palang malulutas ang problema.

Makikita natin sa Biblia ang mga taong nakatanggap ng parusa sa masasamang mga sinabi nila. Ito ang nangyari kay Mical, ang anak na babae ni Haring Saul na asawa ni Haring David. Sa 2 Samuel 6, nang ang kaban ng PANGINOONG Diyos ay dinala pabalik sa lungsod ni David, napakasaya ni David at sumayaw siya sa harap ng lahat ng tao.

Ang kaban ng PANGINOON ay isang simbolo ng presensiya ng Diyos. Ito ay kinuha ng mga Filisteo nung panahon ng mga hukom pero ito ay nabawing muli. Hindi ito maaaring manatili sa tabernakulo at pansamantalang tumigil sa Kiryat-yearim ng pitumpung taon. Nang maupo sa trono si David, nagawa niyang ilipat ang kaban sa tabernakulo ng Jerusalem. Masayang-masaya siya noon.

Hindi lang si David ang nagalak kundi ang buong bayan ng Israel, at sila ay nagpuri sa Diyos. Pero si Mical, na dapat sanang makigalak kasama ng kanyang asawa, ay hinamak pa siya.

Niluwalhati ngayon ng hari sa Israel ang kanyang sarili, na siya'y naghubad ngayon sa paningin ng mga babaing alipin ng kanyang mga lingkod, gaya ng kahiya-hiyang paghuhubad ng isang taong malaswa (2 Samuel 6:20).

Ano ang sinabi ni David?

Iyon ay sa harap ng PANGINOON, na siyang pumili sa akin na higit sa iyong ama, at higit sa buong sambahayan niya, upang hirangin ako bilang pinuno ng Israel, ang bayan ng PANGINOON, kaya't ako'y magsasaya sa harap ng PANGINOON. Gagawin ko ang aking sarili na higit pang hamak kaysa rito, at ako'y magpapakababa sa iyong paningin; ngunit sa mga babaing lingkod na iyong binanggit, sa pamamagitan nila ako ay pararangalan (2 Samuel 6:21-22).

Dahil nagsalita si Mical ng masasamang salita, hindi siya nagka-anak hanggang sa araw ng kanyang kamatayan.

Gayon din, ang mga tao ay nagkakasala sa pamamagitan ng kanilang mga labi, ngunit hindi nila napapagtanto na ang mga sinabi nila ay kasalanan. Dahil sa kasamaan ng labi, paghihiganti sa kasalanan nila ay darating sa pinagtatrabahuhan nila, sa mga negosyo, at sa mga pamilya, pero hindi nila malalaman kung bakit. Sinasabi din sa atin ng Diyos ang kahalagahan ng mga salita.

Sa pagsalangsang ng mga labi nasisilo ang masamang tao, ngunit ang matuwid ay nakakatakas sa gulo. Ang tao ay masisiyahan sa kabutihan sa pamamagitan ng bunga ng kanyang bibig; at ang mga gawain ng mga kamay ng tao sa kanya'y bumabalik (Kawikaan 12:13-14).

Ang tao mula sa bunga ng kanyang bibig ay kakain ng kabutihan, ngunit ang pagnanasa ng mandaraya ay karahasan, Ang nag-iingat ng kanyang bibig, ay nag-iingat ng kanyang buhay; ngunit ang nagbubuka nang maluwang ng kanyang mga labi ay hahantong sa kapahamakan (Kawikaan 13:2-3).

Ang kamatayan at ang buhay ay nasa kapangyarihan ng dila; at ang umiibig sa kanya ay kakain ng kanyang mga bunga (Kawikaan 18:21).

Dapat nating mapagtanto kung ano ang magiging mga bunga ng masasamang salita mula sa ating mga labi, upang magsalita lang tayo ng mga positibong salita, mabuti at magandang mga salita, mga salita ng katuwiran at liwanag, at pagpapahayag ng pananampalataya.

Ang Salot Ng Peste

Pagkatapos magdusa sa salot ng langaw, pinapagmatigas pa rin ni Faraon ang puso niya at tumangging palayain ang mga Israelita. Pagkatapos, hinayaan ng Diyos na magkaroon ng salot ng peste.

Sa oras ding ito, isinugo ng Diyos si Moises bago Niya pinakawalan ang salot, para iparating ang Kanyang kalooban.

Sapagkat kung tatanggihan mong paalisin sila, at sila'y pipigilin mo pa, ang kamay ng PANGINOON ay magbibigay ng matinding salot sa iyong hayop na nasa parang, sa mga kabayo, mga asno, mga kamelyo, mga baka, at sa mga kawan. Ngunit gagawa ang PANGINOON ng pagkakaiba sa mga hayop ng Israel at sa mga hayop ng Ehipto, upang walang mamatay sa lahat ng nauukol sa mga anak ni Israel (Exodo 9:2-4).

Upang malaman nilang hindi ito isang pagkakataon lang kundi isang salot na dala ng kapangyarihan ng Diyos, nagtakda Siya ng tiyak na panahon, na sinasabi, "Bukas ang PANGINOON ay may gagawin sa lupain." Sa ganitong paraan, patuloy Siyang nagbigay ng pagkakataon sa kanila para magsisi.

Kung kinilala lang ni Faraon ang kapangyarihan ng Diyos kahit na kaunti lang, nagbago sana siya ng isip, at hindi na nagdusa sa anumang karagdagang mga salot pa.

Pero hindi nangyari ito. Ang naging resulta, dumating ang peste sa kanila, at sa kanilang alagang mga hayop na nasa bukid – ang mga kabayo, asno, kamelyo, mga bakahan, at ang mga kawan – ay nangamatay.

Sa kabaliktaran, wala ni isa sa mga hayop ng mga Israelita ang namatay. Niloob ng Diyos na mapagtanto nila na ang Diyos ay buhay at tinutupad ang Kanyang salita. Alam na alam ni Faraon ang katotohanang ito, ngunit pinapagmatigas pa rin niya ang kanyang puso at hindi binago ang isip niya.

Ang Espirituwal Na Kahulugan Ng Salot Ng Peste

Ang peste ay anumang sakit na mabilis na kumakalat at pumapatay ng maraming tao o hayop. Ang lahat ng hayop sa Ehipto ay nangamatay, at maiisip natin kung gaano kalaki ang pinsalang idinulot nito.

Halimbawa, ang Black Death o Bubonic Plague, na nangyari sa Europa noong ikalabing apat na siglo, ay talagang isang epidemya na naranasan ng mga hayop tulad ng squirrel at daga. Pero ito ay kumalat sa mga tao sa pamamagitan ng pulgas na naging dahilan ng kamatayan ng marami. Dahil sa ito ay lubhang nakakahawa at hindi pa naisusulong ang medikal na siyensya, maraming buhay ang nawala.

Ang mga alagang hayop sa bukid gaya ng kawan ng mga baka at kabayo, at ang mga kawan ng tupa at kambing ay malaking bahagi ng kayamanan ng mga tao. Kaya ang mga alagang hayop ay sumisimbolo sa mga ari-arian ni Faraon, ng mga ministro, at ng mga tao. Ang mga alagang hayop ay mga buhay na nilalang, at sa panahon ngayon, ito ay tumutukoy sa mga miyembro ng ating pamilya, mga kasamahan at mga kaibigan na kasama natin sa ating mga tahanan, trabaho, o negosyo.

Ang sanhi ng peste sa mga alagang hayop ng Ehipto ay ang kasamaan ni Faraon. Samakatuwid, ang espirituwal na kahulugan ng salot ng peste ay kung madadagdagan ng madadagdagan ang kasamaan natin, may mga sakit na darating sa mga miyembro ng ating pamilya, at tatalikuran tayo ng Diyos.

Halimbawa, kapag ang mga magulang ay sumuway sa Diyos, ang kanilang minamahal na mga anak ay maaaring magkaroon ng sakit na mahirap gamutin. O kaya naman, dahil sa kasamaan ng mister, ang kanyang asawa ay magkakasakit. Kapag ang ganitong uri ng salot ay dumating sa atin, hindi lang tayo ang dapat sumuri sa ating mga sarili kundi pati na rin ang lahat ng miyembro ng pamilya ay nararapat na magkakasamang magsisi.

Mula sa Exodo 20:4 at sa mga sumusunod, sinasabi na ang pagpaparusa sa pagsamba sa mga diyos-diyosan ay umaabot sa tatlo hanggang sa apat na henerasyon.

Siyempre, ang Diyos ng pag-ibig ay hindi magpaparusa sa lahat ng mga situwasyon. Kung may mabubuting puso ang mga anak, tinatanggap ang Diyos at namumuhay sa pananampalataya, hindi nila kakaharapin ang anumang mga salot na dulot ng kasalanan ng kanilang mga magulang.

Ngunit kung naiipon ang maraming kasamaan ng mga anak dagdag pa sa minana mula sa kanilang mga magulang, mahaharap sila sa bunga ng kasalanan. Sa maraming mga situwasyon, ang mga batang nanggagaling sa pamilya na totoong sumamba sa mga diyos-diyosan ay ipinapanganak na may minanang kapansanan o may sakit sa pag-iisip.

May mga taong naglalagay ng mga 'bagay na pampaswerte' sa dingding ng kanilang mga bahay. Ang ilan naman ay sumasamba kay Buddha. At ang iba ay naglalagay ng kanilang mga pangalan sa templo ni Buddha. Sa ganitong malalang pagsamba sa mga diyos-diyosan, kahit na sila mismo ay hindi magdusa sa mga salot, ang kanilang mga anak ang magkakaroon ng mga problema.

Kaya dapat lang na ang mga magulang ay laging manatili sa katotohanan upang ang mga kasalanan nila ay hindi manahin ng kanilang mga anak. Kung sinuman sa mga miyembro ng pamilya ang magkaroon ng sakit na mahirap gamutin, kailangan nilang suriin kung ito ay hindi sanhi ng kanilang mga kasalanan.

Ang Salot Ng Mga Pigsa

Nakita ni Faraon ang pagkamatay ng mga kawan sa Ehipto, at nagsugo ng isang tao para tingnan kung ano ang nangyayari sa lupain ng Gosen kung saan nakatira ang mga Israelita. Hindi tulad ng mga lupain sa Ehipto, wala ni isa sa mga kawan ang namatay sa Gosen.

Kahit na nakaranas ng hindi maipagkakailang pagkilos ng Diyos, hindi pa rin nanumbalik si Faraon.

Ang Faraon ay nagsugo, at walang namatay kahit isa sa kawan ng mga Israelita. Ngunit ang puso ni Faraon ay nagmatigas, at hindi niya pinayagang umalis ang taong-bayan (Exodo 9:7).

Sa bandang huli, sinabi ng Diyos kay Moises at Aaron na dumakot ng abo sa hurno, at isaboy ito ni Moises sa langit sa harap ni Faraon. Nang ginawa nila ang utos ng Diyos, nagkaroon ng mga pigsa ang mga tao at hayop.

Ang pigsa ay isang bukol na nasa isang bahagi ng katawan, may pamamaga ito sa balat dahil sa impeksyon. May matigas na balat sa gitna nito na kung tawagin ay 'mata' at nagnanana ito.

Sa malubhang kaso, maaaring sumailalim sa operasyon ang may pigsa. May ilang pigsa na mas malaki pa kaysa sa 10cm ang sukat. Namamaga ito at nagiging sanhi ng mataas na lagnat at sobrang pagkahapo. May ilan na hindi makalakad ng maayos. Napakasakit kasi nito.

Ang pigsa ay lumabas sa mga tao at mga hayop, at kahit na ang mga salamangkero ay hindi makatayo sa harap ni Moises dahil sa kanilang mga pigsa.

Sa kaso ng mga peste, ang mga alagang hayop lang ang namatay. Ngunit sa kaso ng mga pigsa, hindi lang ang mga hayop ang nagdurusa kundi maging ang mga tao.

Ang Espirituwal Na Kahulugan Ng Salot Ng Mga Pigsa

Ang peste ay karamdamang panloob, ngunit ang pigsa ay nakikita sa labas kapag mayroong malalang bagay sa loob.

Halimbawa, ang isang maliit na 'cell' ng kanser ay lumalaki at sa bandang huli ay makikita sa labas. Katulad din ng may cerebral apoplexy o paralisis, sakit sa baga, at AIDS.

Ang mga sakit na ito ay karaniwang matatagpuan sa mga taong matitigas ang ulo. Maaaring magkakaiba sa bawat sitwasyon, pero karamihan sa kanila ay napaka-magagalitin, mayabang, hindi marunong magpatawad, at sa tingin nila ay sila ang pinakamagaling. At ipinipilit ang sariling opinyon at walang pakialam sa iba. Ang lahat ng ito ay dahil sa kakulangan ng pagmamahal. Dumarating ang mga salot dahil sa mga ito.

Kung minsan, nagtataka tayo, "Mukha naman siyang malumanay at mabait, bakit kaya siya naghihirap sa ganoong sakit?" Pero kahit na ang isang tao ay mukhang malumanay sa panlabas, maaaring hindi siya talagang ganoon sa paningin ng Diyos.

Kung hindi naman matigas ang ulo niya, maaaring dahil ito sa mga grabeng kasalanan ng kanyang mga ninuno (Exodo 20:5).

Kapag ang salot ay dumating dahil sa isang miyembro ng pamilya, ang problema ay malulutas kapag ang lahat ng miyembro ng pamilya ay magkakasamang magsisisi. Sa pamamagitan nito, kung magiging mapayapa at magandang pamilya sila, magiging isang pagpapala ito para sa kanila.

Ang Diyos ang nagkokontrol sa buhay, kamatayan, kapalaran, at kasawian ng mga taong nasa loob ng Kanyang katarungan. Kaya, walang salot o kalamidad ang darating nang walang dahilan (Deuteronomio 28).

Gayundin, kapag ang mga anak ay naghihirap dahil sa mga kasalanan ng kanilang mga magulang o mga ninuno, ang pangunahing dahilan ay ang mga anak mismo. Kahit na sumasamba sa mga diyos-diyosan ang mga magulang, kung ang mga anak ay namumuhay sa salita ng Diyos, poprotektahan sila ng Diyos, kaya ang salot ay hindi darating sa kanila.

Ang pagpaparusa sa mga kasalanan ng pagsamba ng mga ninuno o ng mga magulang sa mga diyos-diyosan ay mamanahin ng mga anak dahil mismong sila ay hindi namumuhay sa salita ng Diyos. Kung namumuhay sila sa katotohanan, ang Diyos ng katarungan ang mag-iingat sa kanila, kaya walang anumang magiging problema.

Dahil ang Diyos ay pag-ibig, itinuturing Niyang mas mahalaga ang isang kaluluwa kaysa sa buong daigdig. Nais niyang ang bawat isa ay maligtas, mamuhay sa katotohanan, at makamit ang tagumpay sa kanyang buhay.

Pinahihintulutan ng Diyos ang mga salot hindi para mapahamak tayo kundi para magsisi at talikuran ang ating mga kasalanan ayon sa Kanyang pag-ibig.

Ang salot ng dugo, mga palaka, at mga kuto ay galing sa mga gawa ni Satanas, at mahina lang ang mga ito. Kaya kung tayo ay magsisisi at tatalikod, madaling malulutas ang mga ito.

Pero ang salot ng langaw, peste, at pigsa ay mas malala, at direktang kumakapit sa katawan natin. Kaya sa mga ganitong situwasyon, dapat na mabagbag ang damdamin natin at magsisi tayo ng husto.

Kung nagdurusa tayo sa ganitong mga salot, hindi natin

dapat sisihin ang ibang tao. Sa halip, dapat tayong maging matalino sa pagbubulay ng salita ng Diyos at pagsisihan kung anuman ang hindi matuwid sa paningin ng Diyos.

Kabanata 5

Salot Ng Pag-ulan Ng Yelo At Mga Balang

Exodo 9:23-10:20

Kaya't iniunat ni Moises ang kanyang tungkod paharap sa langit, at ang PANGINOON ay nagpadala ng kulog at yelong ulan, at may apoy na bumagsak sa lupa. At ang PANGINOON ay nagpaulan ng yelo sa lupain ng Ehipto. Sa gayo'y nagkaroon ng yelong ulan at ng apoy na sumisiklab sa gitna ng yelong ulan, at ang gayong napakabigat na yelong ulan ay di nangyari kailanman sa buong lupain ng Ehipto mula nang maging bansa ito (Exodo 9:23-24).

Kaya't iniunat ni Moises ang kanyang tungkod sa lupain ng Ehipto, at ang PANGINOON ay nagpahihip ng hanging amihan sa lupain ng buong araw na iyon, at ng buong gabi; at nang mag-uumaga ay dinala ng hanging amihan ang mga balang. Ang mga balang ay lumapag sa buong lupain ng Ehipto at dumagsa sa lahat ng hangganan ng Ehipto; totoong napakakapal ng mga balang na hindi nangyari noon at hindi na mangyayari pa (10:13-14).

Ang mga magulang na tunay na nagmamahal sa kanilang mga anak ay hindi tatanggi sa pagdidisiplina o pagpalo sa kanilang mga anak. Nais ng mga magulang na magabayan ang kanilang mga anak sa paggawa ng tama. Kapag ang mga bata ay hindi nakikinig sa pagsasaway ng kanilang mga magulang, kung minsan ay dapat gumagamit ng pamalo para matandaan nila ang mga payo. Ngunit ang nararamdaman ng mga magulang ay mas masakit pa kaysa sa pisikal na nararanasan ng mga anak.

Ang Diyos ng pag-ibig kung minsan ay tumatalikod para hayaang dumating ang isang salot o mga problema para ang kanyang minamahal na mga anak ay makapagsisi at talikuran ang mga ito.

Salot Ng Pag-ulan Ng Yelo

Ang Diyos ay maaaring magpadala ng isang malaking salot sa simula pa lang para sumuko si Faraon. Pero Siya ay matiisin, nagtitiis Siya ng mahabang panahon. Ipinakita Niya ang Kanyang kapangyarihan, at ginabayan si Faraon at ang kanyang bayan para kilalanin ang Diyos, simula sa maliit na salot.

Sapagkat ngayo'y maaari Ko nang iunat ang Aking kamay upang dalhan ka ng salot at ang iyong bayan, at nawala ka na sana sa lupa. Subalit dahil sa layuning ito ay binuhay kita, upang maipakita sa iyo ang Aking kapangyarihan, at ang Aking pangalan ay mahayag sa buong daigdig. Nagmamalaki ka pa ba laban sa Aking bayan, at ayaw mo silang paalisin? Bukas, sa ganitong oras, ay magpapabagsak ako ng mabibigat na yelong ulan na kailanman ay hindi pa nangyari sa Ehipto mula nang araw na itatag ito hanggang ngayon (Exodo 9:15-18).

Ang mga salot ay naging mas malaki at mas masahol pa, ngunit nagpatuloy sa pagmamataas si Faraon laban sa mga Israelita, hindi pa rin niya sila pinaalis. Ngayon, ipinadala ng Diyos ang ikapitong salot, ang salot ng yelong ulan.

Hinayaan ng Diyos na malaman ni Faraon sa pamamagitan ni Moises na magkakaroon ng malakas na pag-ulan ng yelo na kahit kailan ay hindi pa nakita sa Ehipto. At nagbigay ang Diyos ng mga pagkakataon upang makapagtago ang mga tao at hayop. Nagbabala Siya na kung sinumang tao o hayop ang maiwan sa labas, sila'y mamatay dahil sa yelong ulan.

Ang ilang lingkod ni Faraon ay natakot sa salita ng PANGINOON at pinatakas nila ang kanilang mga alipin at ang mga alagang hayop para makapagtago sa mga bahay nila. Ngunit marami pang iba ang hindi natakot sa salita ng Diyos at hindi nag-ingat.

...ngunit ang nagwalang bahala sa salita ng PANGINOON ay pinabayaan ang kanyang mga alipin at ang kanyang kawan sa parang (Exodo 9:21).

Nang sumunod na araw iniunat ni Moises kanyang tungkod sa dakong langit, at ang Diyos ay nagpadala ng kulog at yelo. Bumagsak ang apoy sa lupa. Tiyak na nawasak ang mga tao, hayop, puno at mga gulay sa bukid. Napakalaking salot nito!

Subalit sinasabi sa Exodo 9:31-32, *"Ang lino at ang sebada ay nasira sapagkat ang sebada ay nag-uuhay na at ang lino ay namumulaklak na. Subalit ang trigo at ang espelta ay hindi nasira sapagkat hindi pa tumutubo."* Kaya, bahagya lang ang napinsala.

Lahat ng lupain sa Ehipto ay nakaranas ng napakalaking pinsala dahil sa yelo na may kasamang apoy, ngunit walang tulad nito ang naganap sa lupain ng Gosen.

Ang Espirituwal Na Kahulugan Ng Pag-ulan Ng Yelo

Karaniwang umuulan ng yelo nang walang anumang pahiwatig. Hindi ito bumabagsak sa malaking lugar kundi sa may kaliitang lugar lang.

Kaya ang salot ng yelong ulan ay sumisimbulo sa ilang malalaking bagay na nangyayari sa isang lugar, ngunit hindi naman sa lahat.

Mayroong pag-ulan ng yelo na may kasamang apoy na pumapatay sa mga tao at mga hayop. Ang mga gulay sa parang ay nawawasak, kaya walang pagkain. Ito ay isang sitwasyon ng pagkakaroon ng malaking pinsala sa yaman ng isang tao dahil sa aksidente.

Maaaring mawalan ng yaman ang isang tao dahil sa sunog sa kanyang trabaho o negosyo. Maaaring magkasakit ang isang miyembro ng pamilya o maaksidente at ito ay magdudulot ng napakalaking gastusin.

Halimbawa, ipagpalagay na ang isang tao ay tapat sa Panginoon, ngunit nagsimulang tumutok sa kanyang negosyo kaya siya ay hindi nakakadalo sa Lingguhang pagsamba ng ilang beses. Hanggang sa nauuwi sa hindi na talaga pagdalo sa Araw ng Panginoon.

Dahil dito, hindi siya maprotektahan ng Diyos, at nahaharap siya sa malaking problema sa kanyang negosyo. Maaari din siyang maaksidente o magkasakit, at maaari siyang magkaroon ng napakalaking gastos. Ang ganitong sitwasyon ay katulad ng salot ng yelong ulan.

Itinuturing ng karamihan sa mga tao na kasing halaga ng kanilang buhay ang kanilang kayamanan. Sa 1 Timoteo 6:10, sinabing ang pag-ibig sa salapi ang ugat ng lahat ng kasamaan. Dahil ang pagnanasa sa salapi ay nagbubunga sa mga pagpatay, pagnanakaw, pagdukot, karahasan, at marami pang ibang mga krimen. Kung minsan, ang relasyon sa pagitan ng magkapatid ay nasisira, at nagkakaroon ng alitan ang magkakapitbahay dahil sa pera. Ang pangunahing dahilan sa hindi pagkakaunawaan ng mga bansa ay ang paghahangad ng materyal na pakinabang din, naghahanap sila ng mga lupain at mga yaman.

May ilang mananampalataya ang hindi mapaglabanan ang

tukso ng pera, kaya hindi nila mapanatiling banal ang Araw ng Panginoon. O kaya naman ay hindi sila nagbibigay ng tamang ikapu. Dahil sa hindi sila namumuhay ng tama bilang mga Cristiano, napapalayo sila sa kaligtasan.

Tulad ng yelong ulan na sumisira sa karamihan ng mga pagkain, ang salot ng yelong ulan ay sumisimbolo sa malaking pinsala sa yaman ng tao na itinuturing na kasinghalaga ng kanilang buhay. Pero dahil sa limitadong lugar lang ito bumabagsak, hindi naman mawawala ang lahat ng kanilang kayamanan.

Dahil sa katotohanang ito, maaari rin nating maramdaman ang pag-ibig ng Diyos. Kung maubos ang lahat ng ating kayamanan, ang lahat ng ating pag-aari, maaari tayong sumuko at magpakamatay pa. Kaya bahagi lang ng pag-aari ang ginagalaw ng Diyos.

Kahit na isang bahagi lang, napakalawak nito at makabuluhan para mapagtanto natin ang mga bagay-bagay. Lalo na, ang yelong ulan na bumagsak sa Ehipto ay hindi lang maliliit na piraso ng yelo. May kalakihan ang mga ito, at napakabilis din nito.

Kahit ngayon, ang balitang kasinlaki ng bola ng golf ang bumagsak, nagdulot ito ng alarma at pagkabigla sa maraming tao. Ang yelong ulan na bumagsak sa Ehipto ay espesyal na pagkilos ng Diyos, at may kasama pa itong apoy. Nakakatakot ang pangyayaring ito.

Ang salot ng yelong ulan na dumating sa kanila ay dahil sa nagpatong-patong na kasamaan ni Faraon. Kung matigas ang puso at ulo natin, maaari tayong makaranas ng ganitong uri ng salot.

Ang Salot Ng Mga Balang

Ang mga puno at gulay ay nawasak, at ang mga hayop at kahit na ang mga tao ay namatay dahil sa yelong ulan. Sa wakas, kinilala ni Faraon ang kanyang mga kasalanan.

Ang Faraon ay nagsugo at ipinatawag sina Moises at Aaron at sinabi sa kanila, "Ako'y nagkasala sa pagkakataong ito; ang PANGINOON ay matuwid samantalang ako at ang aking bayan ay masama" (Exodo 9:27).

Nagmamadaling nagsisi si Faraon, at pinakiusapan si Moises na itigil na ang pag-ulan ng yelo.

Pakiusapan ninyo ang PANGINOON; sapagkat nagkaroon na ng sapat na kulog at yelong ulan. Papayagan kong umalis na kayo at hindi na kayo mananatili pa (Exodo 9:28).

Alam ni Moises na hindi pa rin nagbago ang isip ni Faraon,

upang ipaunawa sa kanya ang tungkol sa buhay na Diyos at ang buong mundo ay nasa Kanyang kamay, itinaas niya ang kanyang mga kamay sa langit.

Tulad ng inaasahan ni Moises, nang huminto ang ulan, kulog, at yelong ulan, nagbago ang isip ni Faraon. Hindi lubos ang pagsisisi niya kaya nagmatigas ulit siya at hindi pinayagang makaalis ang mga Israelita.

Nagmatigas din ang mga lingkod ni Faraon. Pagkatapos, sinabi nina Moises at Aaron na magkakaroon ng salot ng balang na gaya ng sinabi ng Diyos, at nagbabala rin sila na iyon ang pinakamalaking salot na hindi pa kailanman nangyayari sa mundo.

Kanilang tatakpan ang ibabaw ng lupain, kaya't walang makakakita ng lupa. Kanilang kakainin ang naiwan sa inyo pagkaraan ng yelong ulan at kanilang kakainin ang bawat punongkahoy mo sa parang (Exodo 10:5).

Tanging ang mga lingkod lang ni Faraon ang natakot at sinabi sa kanilang hari, *"Pabayaan mo nang makaalis ang mga lalaki, upang sila'y makapaglingkod sa PANGINOON na kanilang Diyos. Hindi mo ba napagtanto na ang Ehipto ay nawasak na?"* (Exodo 10:7).

Sa tinurang salita ng kanyang mga lingkod, ipinatawag muli ni Faraon si Moises at si Aaron. Ngunit sinabi ni Moises na sa pag-alis nila ay kasama dapat ang kanilang mga anak at matatanda, ang mga anak na lalaki at babae, kasama ng kanilang kawan at ang kanilang bakahan, dahil dapat silang magdiwang ng kapistahan sa PANGINOON. Sinabi ni Faraon na masama sina Moises at Aaron at itinaboy niya sila.

Sa wakas, pinayagan ng Diyos ang ikawalong salot, ang salot ng balang.

> *Pagkatapos, sinabi ng PANGINOON kay Moises, "Iunat mo ang iyong kamay sa lupain ng Ehipto, upang dumating dito ang mga balang at kainin ang lahat ng halaman sa lupain, maging ang lahat ng iniwan ng yelong ulan"* (Exodo 10:12).

Nang ginawa ni Moises ang sinabi ng Diyos, inutusan ng Diyos ang silangang hangin sa lupain ng buong araw at ng buong gabi; at kinabukasan, dinala ng silangang hangin ang mga balang.

Napakarami ng mga balang sa buong lupain kaya nagdilim. Kinain ng mga ito ang lahat ng mga halaman sa Ehipto na siyang naiwan ng yelong ulan, at walang natirang berde duon.

> *Pagkatapos ay nagmamadaling ipinatawag ng Faraon sina Moises at Aaron at kanyang sinabi, Ako'y nagkasala laban sa PANGINOON ninyong Diyos at laban sa inyo. Ipatawad mo ang aking kasalanan, ngayon na lamang at hilingin ninyo sa PANGINOON ninyong Diyos, ilayo man lamang sa akin ang nakakamatay na bagay na ito* (Exodo 10:16-17).

Nang mapagtanto niya ang mga bagay-bagay, dali-daling ipinatawag ni Faraon sina Moises at Aaron para hilinging ipatigil ang salot.

Nang si Moises ay lumabas at nanalangin sa Diyos, may isang malakas na hangin na mula sa kanluran at itinaboy ang lahat ng mga balang patungong Dagat na Pula. At nagkawala ang mga balang sa buong lupain ng Ehipto. Ngunit kahit sa mga oras na ito, pinapagmatigas pa rin ni Faraon ang kanyang puso at hindi pinayagan ang mga Israelita.

Ang Espirituwal Na Kahulugan Ng Salot Ng Balang

Ang balang ay napakaliit na insekto, pero kapag nagsamasama sila bilang isang malaking grupo, nakakawasak sila. Sa isang saglit, ang Ehipto ay halos mawasak dahil sa mga balang.

Ang mga balang ay lumapag sa buong lupain ng Ehipto at dumagsa sa lahat ng hangganan ng Ehipto; totoong napakakapal ng mga balang na hindi nangyari noon at hindi na mangyayari pa. Sapagkat tinakpan ng mga iyon ang ibabaw ng buong lupain, kaya't ang lupain ay nagdilim. Kinain nila ang lahat ng halaman sa lupain, at ang lahat ng bunga ng mga punongkahoy na iniwan ng yelong ulan at walang natirang anumang sariwang bagay, maging sa punongkahoy o sa halaman sa parang, sa buong lupain ng Ehipto (Exodo 10:14-15).

Kahit sa ngayon, maaari nating makita ang ganitong pagsasama-sama ng mga balang sa Africa o sa India. Ang balang ay kumakalat hanggang 40 kilometro sa lapad at 8 kilometro sa kapal. Daan-daang milyon ang dumadating na parang ulap at kinakain hindi lang ang mga pananim, kundi pati lahat ng mga halaman at mga dahon; wala silang iniiwang anumang berdeng tanim.

Matapos ang salot ng yelong ulan, may mga ilang bagay pa rin ang natitira. Ang trigo at ang espelta ay hindi nasira, sapagkat hindi agad nahihinog ang mga ito. Gayundin, ang ilang alipin ni Faraon na may takot sa Diyos ang nagpatakas sa kanilang mga lingkod at mga alagang hayop at nagtago sa kanilang mga bahay, at hindi sila nalipol.

Ang mga balang ay mukhang hindi mapaminsala, ngunit ang pinsala nito ay mas higit kaysa sa salot ng yelong ulan. At kinain nila lahat ng mga bagay na natitira.

Samakatuwid, ang salot ng balang ay tumutukoy sa uri ng kalamidad na hindi nag-iiwan ng anumang bagay, kinukuha nito ang lahat ng kayamanan at mga ari-arian. Winawasak hindi lang ang pamilya kundi pati na rin ang mga trabaho at mga negosyo.

Hindi tulad ng salot ng yelong ulan na hindi lahat ay winawasak, ang salot ng balang ay pinipinsala ang lahat ng bagay at kinukuha ang lahat ng pera. Sa madaling salita, mamumulubi talaga ang isang tao.

Halimbawa, dahil sa pagkalugi, mawawala ang lahat ng kayamanan at mawawalay pa sa kanyang pamilya. Maaaring magdusa sa sakit na hindi gumagaling at mawala ang lahat ng kanyang kayamanan. Maaaring magkautang ng malaki ang isa dahil napariwara ang mga anak.

Kapag ang tao ay nakakaranas ng mga kalamidad, iniisip niya na nagkakataon lang ito, pero walang nagkakataon lang sa paningin ng Diyos. Kapag ang sinoman ay dumaranas ng pinsala o nagkakasakit, may dahilan ito.

Ano ang ibig sabihin kung ang mga mananampalataya ang nahaharap sa ganitong mga kalamidad? Kapag narinig nila ang salita ng Diyos at nalaman ang kalooban Niya, dapat silang sumunod. Ngunit kapag nagpatuloy sila sa paggawa ng masama katulad ng mga hindi mananampalataya, hindi nila maaaring takasan ang mga salot na ito.

Kung hindi nila maiisip ang mga ipinapakitang pahiwatig ng Diyos, tatalikuran Niya sila. At ang isang sakit ay maaaring maging isang salot, o maaaring magkapigsa. Sa kalaunan, mararanasan nila ang mga salot na katulad ng salot ng yelong ulan o mga balang.

Ngunit mauunawaan ng may karunungan na dahil ito sa pag-ibig ng Diyos, para maisip nila ang kanilang mga pagkukulang kaya nahaharap sila sa maliliit na kalamidad. Magsisisi sila kaagad at maiiwasan ang mas malalaking salot.

May isang kwento na hango sa tunay na buhay. May isang taong nagdusa nang husto dahil ginalit niya ang Diyos. Isang araw, dahil sa isang sunog, nagkautang siya ng napakalaking halaga. Hindi nakatiis ang kanyang asawa sa panggigipit ng mga nagpautang at tinangkang magpakamatay nito. Pero nakakilala sila sa Diyos at nagsimulang dumalo sa simbahan.

Matapos ko silang pagpayuhan, sumunod sila sa salita ng Diyos ng may pananalangin. Kinalugdan sila ng Diyos sa pamamagitan ng pagboboluntaryo sa mga gawain sa iglesya. At isa-isang nalutas ang kanilang mga problema. Hindi na kailangang magdusa pa kailanman sa mga nagpautang sa kanila. Bukod dito, nakabayad sila sa lahat ng kanilang mga pagkakautang. Nakapagpatayo pa sila ng isang gusaling pangnegosyo at nakabili ng bahay.

Pagkatapos malutas ang lahat ng kanilang paghihirap at makatanggap ng mga pagpapala, nagbago ang kanilang mga puso. Kinalimutan nila ang biyaya ng Diyos at nagbalik sa dating ugali.

Isang araw, isang bahagi ng kanilang gusali ay gumuho dahil sa baha. Nagkasunog muli at nawala ang lahat ng kanyang negosyo. Nagkautang ulit siya ng malaking halaga, kaya kinailangan nilang bumalik sa kanilang probinsya. Nagkaroon din siya ng diabetes at mga komplikasyong taglay nito.

Tulad sa sitwasyong ito, kung walang matitira sa atin matapos subukan ang lahat ng paraan ayon sa ating kaalaman at karunungan, kailangan nating bumalik sa Diyos na may kababaang-loob. Habang sinusuri natin ang ating sarili sa liwanag ng salita ng Diyos, magsisi tayo sa ating mga kasalanan, at talikuran ang mga ito, at ang mga ari-arian natin ay muling mababawi.

Kung tayo ay may pananampalataya at lalapit sa harapan ng Diyos at ilalagay ang lahat ng bagay sa mga kamay Niya, patatawarin tayo ng Diyos ng pag-ibig at ililigtas tayo. Kung tatalikod at mamumuhay tayo sa liwanag, gagabayan tayo patungo sa kaginhawahan at pagpapalain ng lubos.

Kabanata 6

Salot Ng Kadiliman
At Kamatayan Ng Panganay

Exodo 10:22-12:36

Kaya't iniunat ni Moises ang kanyang kamay paharap sa langit, at nagkaroon ng makapal na kadiliman sa buong lupain ng Ehipto ng tatlong araw. Sila'y hindi magkakitaan, at walang tumindig na sinuman sa kinaroroonan niya sa loob ng tatlong araw; ngunit lahat ng mga anak ni Israel ay may liwanag sa kanilang tirahan (Exodo 10:22-23).

Pagsapit ng hating-gabi, pinatay ng PANGINOON ang lahat ng mga panganay sa lupain ng Ehipto, mula sa panganay ng Faraon na nakaupo sa kanyang trono, hanggang sa panganay ng bihag na nasa bilangguan, at lahat ng panganay sa mga hayop. Ang Faraon ay bumangon nang gabi, pati ang lahat ng kanyang mga lingkod at ang lahat ng mga kanyang mga tauhan at lahat ng mga Ehipcio; at nagkaroon ng isang malakas na panaghoy sa Ehipto sapagkat walang bahay na walang namatay (12:29-30).

Sa Biblia makikita nating sa tuwing nahaharap sa mga pagsubok, maraming tao ang nagsisisi sa harapan ng Diyos at tumatanggap ng tulong mula sa Kanya.

Ipinadala ng Diyos ang Kanyang propeta kay Haring Hezekias sa kaharian ng Judah at sinabi, "Mamamatay ka at hindi na mabubuhay." Ngunit nanalangin nang mataimtim ang hari na may pagluha at humaba pa ang kanyang buhay.

Ninive ang kapitolyo ng Asiria na kalaban ng Israel. Nang marinig ng mga tao ang salita ng Diyos mula sa Kanyang propeta, nagsisi sila ng husto sa kanilang mga kasalanan at dahil dito, hindi sila winasak.

Gayon din naman, kinahahabagan ng Diyos ang mga taong nagbabalik-loob. Hinahanap Niya ang naghahangad ng Kanyang biyaya at binibigyan sila ng mas maraming pagpapala.

Dumanas ang Faraon ng iba't ibang salot dahil sa kanyang kasamaan, pero hindi siya nagbalik-loob hanggang sa huli. Habang patuloy na tumitigas ang kanyang puso, mas nagiging malala ang mga salot na dumarating sa kanya.

Ang Salot Ng Kadiliman

May mga taong nagsasabi na hindi sila kailanman mabubuhay kung matatalo lang sila. Naniniwala sila sa sarili nilang kalakasan. Ganitong klaseng tao si Faraon. Ang tingin niya sa sarili ay diyos siya, kaya ayaw niyang kilalanin ang Diyos mismo.

Kahit na nakita na niyang nawasak ng buong lupain

ng Ehipto, hindi pa rin niya pinayagang makaalis ang mga Israelita. Parang nakikipagpaligsahan siya sa Diyos, kaya nga pinahintulutan ng Diyos ang salot ng kadiliman.

Kaya't iniunat ni Moises ang kanyang kamay paharap sa langit, at nagkaroon ng makapal na kadiliman sa buong lupain ng Ehipto ng tatlong araw. Sila'y hindi magkakitaan, at walang tumindig na sinuman sa kinaroroonan niya sa loob ng tatlong araw; ngunit lahat ng mga anak ni Israel ay may liwanag sa kanilang tirahan (Exodo 10:22-23).

Napakakapal ng kadiliman kaya hindi sila magkakitaan. Walang sinuman ang bumangon at umalis sa kanyang kinaroroonan sa loob ng tatlong araw. Paano natin maipapaliwanag ang takot at pangambang pinagdaanan nila?

Binalot ng makapal na kadiliman ang buong lupain ng Ehipto at kinailangang maglakad ang mga tao kahit walang nakikita, samantalang sa lupain ng Gosen ang mga anak ng Israel ay may liwanag sa kanilang tirahan.

Ipinatawag ni Faraon si Moises at sinabing palalayain na niya ang mga Israelita. Ngunit sinabi niya kay Moises na dapat niyang iwanan ang mga alagang tupa at mga baka, at dalhin lang ang mga anak nila. Ang totoo, gusto lang niyang manatili duon ang mga Israelita.

Ngunit sinabi ni Moises na kailangan nila ang mga hayop

para sa paghahandog sa Diyos, at hindi sila maaaring mag-iwan ng kahit isa dahil hindi nila alam kung alin ang ihahandog sa Diyos.

At muling nagalit si Faraon at pinagbantaan si Moises na sinasabi, "Lumayas ka na at huwag nang magpapakita sa akin, dahil sa araw na makita mong muli ang aking mukha ay mamatay ka!"

Matapang na sumagot si Moises, "Tama ka! Hindi ko na makikita pang muli ang mukha mo!" at umalis siya.

Ang Espirituwal Na Kahulugan Ng Salot Ng Kadiliman

Ang espirituwal na kahulugan ng salot ng kadiliman ay espirituwal na kadiliman, at tumutukoy ito sa salot bago ang kamatayan.

Sa sitwasyong ito, ang karamdaman ay naging malubha na at hindi na gagaling pa. Ito ay uri ng salot na dumarating sa mga taong ayaw magsisi kahit na nawala na ang lahat ng kayamanan na kasing halaga ng kanilang buhay.

Ang pagharap sa bingit ng kamatayan ay parang pagtayo sa gilid ng bangin na napakadilim, walang paraan upang makaalis sa kinaroroonan. Sa espirituwal na diwa, sapagkat tinalikuran na ang Diyos at tuluyang iniwan ang pananampalataya, ang biyaya ng Diyos ay ipinagkait na sa kanya, at ang kanyang espirituwal na buhay ay huminto na. Subalit ang Diyos ay nahahabag pa rin sa kanya at hindi pa kinukuha ang buhay niya.

Sa kalagayan ng hindi mananampalataya, maaaring dumaan siya sa ganitong sitwasyon dahil sa hindi pa niya tinatanggap ang Diyos, kahit na dumanas ng mga paghihirap mula sa iba't ibang sakuna. Sa mga mananampalataya naman, hindi nila sinunod ang salita ng Diyos, kundi nagpatong-patong pa ang kasamaan.

Madalas nating makita na may mga taong gumagastos ng napakalaking halaga para gumaling sa kanilang mga sakit pero naghihintay lang ng kamatayan. Sila ang mga taong tinamaan ng salot ng kadiliman.

Dumaranas din sila ng mga problema sa pag-iisip tulad ng depresyon, hindi makatulog at nerbiyos. Hirap na hirap silang ipagpatuloy ang kanilang pang-araw-araw na pamumuhay.

Kung makakapag-isip sila, magsisisi, at tatalikuran ang kanilang mga kasamaan, kahahabagan sila ng Diyos at aalisin sa kanila ang nakakapinsalang paghihirap.

Ngunit sa kalagayan ni Faraon, lalo niyang pinatigas ang kanyang puso laban sa Diyos hanggang sa dulo. Ganito rin sa panahon ngayon. May mga taong sadyang matigas ang ulo at hindi lumalapit sa Diyos kahit na nagdudusa sa mga paghihirap. Kahit na sila o ang miyembro ng pamilya ay nagkaroon ng malalang karamdaman, nawalan ng lahat ng mahahalaga sa kanila, at nanganib ang kanilang buhay, ayaw pa rin nilang magsisi sa harapan ng Diyos.

Kung patuloy tayong lalaban sa Diyos sa gitna ng maraming

kapahamakan, sa bandang huli, ang salot ng kamatayan ang mapapasaatin.

Ang Salot Ng Kamatayan Ng Mga Panganay

Ipinaalam ng Diyos kay Moises ang susunod na mangyayari sa Exodo.

Sinabi ng PANGINOON kay Moises, "May isa pa akong salot na dadalhin sa Faraon at sa Ehipto. Pagkatapos nito ay papahintulutan niya kayong umalis dito. Kapag pumayag na siyang kayo'y umalis, kayo'y itataboy niyang papalayo. Magsalita ka ngayon sa pandinig ng bayan at humingi ang bawat lalaki sa kanyang kapwa, at bawat babae sa kanyang kapwa ng mga alahas na pilak at ng mga alahas na ginto" (Exodo 11:1-2).

Sa panahong iyon, si Moises ay nasa sitwasyong pwede siyang mapatay kung muli siyang haharap kay Faraon, ngunit humarap pa rin siya para maipahayag ang kalooban ng Diyos.

Lahat ng mga panganay sa lupain ng Ehipto ay mamamatay, mula sa panganay ng Faraon na nakaupo sa kanyang trono, hanggang sa panganay ng aliping babaing nasa likuran ng gilingan, at ang lahat ng panganay ng mga hayop. Magkakaroon ng malakas na panaghoy sa buong lupain ng Ehipto, na hindi pa nagkaroon ng tulad nito at hindi na muling magkakaroon pa (Exodo 11:5-6).

Gaya ng sinabi. nang gabi ring iyon, ang lahat ng panganay hindi lang ni Faraon at ng kanyang mga alipin kundi ang lahat ng nasa Ehipto at lahat ng mga hayop ay namatay.

Nagkaroon ng malakas na panaghoy sa Ehipto, dahil walang tahanan ang hindi namatayan ng anak. Dahil nanatiling matigas ang puso ni Faraon hanggang sa huli, at hindi tumalikod sa kasalanan, ang salot ng kamatayan ay dumating sa kanila.

Ang Espirituwal Na Kahulugan Ng Salot Ng Kamatayan Ng Mga Panganay

Ang salot ng kamatayan ng mga panganay ay tumutukoy sa sitwasyon na ang tao mismo o ang isa sa kanyang minamahal, ang kanyang anak, o isang miyembro ng pamilya, ay mamamatay, o kaya ay mapapahamak at hindi nagkaroon ng pagkakataon na magtamo ng kaligtasan.

Makikita din natin ang ganitong sitwasyon sa Biblia. Ang unang hari ng Israel, si Saul ay sumuway sa sinabi ng Diyos na wasakin ang lahat ng bagay sa Amalek. Gayon din, nagpakita rin siya ng kayabangan sa pamamagitan ng paghahandog sa Diyos, na tanging ang mga pari o saserdote lang ang dapat gumawa. Sa bandang huli, itinakwil siya ng Diyos.

Sa ganitong kalagayan, sa halip na maisip niya ang kanyang mga kasalanan at pagsisihan ito, tinangka pa niyang patayin si David na tapat niyang lingkod. Nang sumunod ang mga tao kay David, lalong lumala ang kasamaan sa isip niya na magrerebelde si David sa kanya.

Kaya, kahit na tumutugtog ng alpa para kay Saul si David, sinibat niya si David para patayin. Ipinadala din niya si David sa isang digmaan na imposibleng mapagtagumpayan nito. Nagpadala din siya ng mga kawal sa bahay ni David para patayin ito.

Bukod pa riyan, dahil tinulungan ng mga saserdote si David, ipinapatay din sila. Napakarami ng ginawang kasamaan ni Saul. At sa bandang huli, natalo siya sa isang labanan at humantong sa isang miserableng kamatayan – nagpakamatay siya.

Paano naman ang paring si Eli at ang kanyang mga anak? Si Eli ay pari ng Israel noong panahon ng mga hukom, at dapat siyang maging mabuting halimbawa. Pero ang mga anak niyang sina Hofni at Finehas ay mga lapastangan at walang pakundangan sa Diyos (1 Samuel 2:12).

Dahil ang kanilang ama ay isang pari, dapat na naglilingkod din sila sa Diyos, pero nilalapastangan nila ang mga handog para sa Diyos. Hinahawakan nila ang handog na karne bago ito ibigay sa Diyos. At sinisipingan pa nila ang mga babaing naglilingkod sa pintuan ng toldang tipanan.

Kung ang mga anak ay napapariwara, ang mga magulang

ang dapat na magtuwid sa kanila. At kung hindi sila makinig, dapat maging mas istrikto ang mga magulang para masupil ang kanilang mga anak. Katungkulan ito at paraan ng pagpapakita ng pagmamahal ng mga magulang. Pero ang sinabi lang ng paring si Eli ay ito, "Bakit ninyo nagagawa ang mga bagay na iyon? Huwag naman."

Hindi tinalikuran ng kanyang mga anak ang kanilang mga kasalanan, at dumating ang sumpa sa kanilang pamilya. Napatay ang dalawang anak niya sa isang digmaan.

Nang marinig ni Eli ang balitang ito, nahulog siya sa upuan at nabali ang kanyang leeg na ikinamatay niya. Ganoon din, namatay ang manugang na babae niya sa maagang panganganak.

Sa ating pagtingin sa ganitong mga sitwasyon, mauunawaan natin na ang mga sumpa, o trahedya ng kamatayan ay hindi dumarating ng walang kadahilanan.

Kapag namumuhay ang tao sa pagsuway sa salita ng Diyos, siya o ang ilang miyembro ng kanyang pamilya ay nahaharap sa kamatayan. Ang ibang tao ay nagbabalik-loob lang sa Diyos kapag nakaranas na ng ganitong kamatayan.

Kapag hindi sila tumalikod pagkatapos na kaharapin ang salot ng kamatayan ng mga panganay, hindi sila kailanman maliligtas, at ito ang pinakamalaking salot. Kaya bago pa dumating ang kahit na anong salot, at kung dumating na nga ito, kailangan mong pagsisihan ang iyong mga kasalanan bago pa mahuli ang lahat.

Salot Ng Kadiliman At Kamatayan Ng Panganay · 99

Sa sitwasyon ni Faraon, pagkatapos lang niyang magdusa sa sampung salot ay noon lang niya kinilala ang Diyos na may kasamang takot at pinayagang umalis ang mga Israelita.

Kanyang [Faraon] ipinatawag sina Moises at Aaron nang gabi at sinabi "Maghanda kayo, umalis kayo sa gitna ng aking bayan, kayo at ang mga anak ni Israel! Umalis na kayo at sambahin ninyo ang PANGINOON, gaya ng inyong sinabi. Dalhin ninyo ang inyong mga kawan at ang inyong mga baka, gaya ng inyong sinabi, at kayo'y umalis na; at idalangin ninyo na ako ay pagpalain!" (Exodo 12:31-32).

Sa pamamagitan ng Sampung Salot, maliwanag na ipinakita ni Faraon kung gaano katigas ang puso niya at napilitan siyang paalisin ang mga Israelita. Ngunit pinagsisihan niya agad ito. At muling nagbago ang kanyang isip. Kinuha niya ang lahat ng kanyang kawal at karwahe ng Ehipto at hinabol ang mga Israelita.

Kaya't inihanda niya ang kanyang karwahe at isinama ang kanyang hukbo. Siya ay nagdala ng animnaraang piling karwahe, at lahat ng iba pang mga karwahe sa Ehipto; at ng mga mamumuno sa lahat ng mga iyon. Pinatigas ng PANGINOON ang puso ng Faraon na hari ng Ehipto, at hinabol niya ang mga anak ni Israel, na umalis na may lubos na katapangan (Exodo 14:6-8).

Napakabuti talagang magpasakop sa Diyos matapos niyang maranasan ang kamatayan ng mga panganay na anak, ngunit pinagsisihan niya agad ang naging desisyon na paalisin ang mga Israelita kaya isinama niya ang kanyang mga kawal at hinabol ang mga ito. Dito makikita kung gaano katigas at mapanlinlang ang puso ng tao. Sa huli, hindi siya pinatawad ng Diyos at walang ibang magagawa kundi hayaan silang mamatay sa Dagat na Pula.

Sinabi ng PANGINOON kay Moises. "Iunat mo ang iyong kamay sa dagat upang ang tubig ay tumabon sa mga Ehipcio, sa kanilang mga karwahe, at sa kanilang mga mangangabayo." Kaya't iniunat ni Moises ang kanyang kamay sa ibabaw ng dagat, at ang dagat ay bumalik sa kanyang dating lalim nang mag-uumaga na. Habang ang mga Ehipcio ay tumatakas, inihagis ng PANGINOON ang mga Ehipcio sa gitna ng dagat. Ang tubig ay bumalik at tinakpan ang mga karwahe, ang mga mangangabayo, ang buong hukbo ng Faraon na sumunod sa kanila sa dagat; walang natira kahit isa sa kanila (Exodo 14:26-28).

At kahit na sa panahon ngayon, humihingi ng pagkakataon ang masasamang tao kung napunta sila sa mahirap na sitwasyon. Pero kapag nabigyan muli sila ng pagkakataon, babalik ulit sila sa masamang gawain. Kapag nagpatuloy ang ganitong kasamaan, sa bandang huli ay haharapin nila ang kamatayan.

Buhay Ng Pagsuway At Buhay Ng Pagsunod

May isang mahalagang bagay na dapat nating maunawaan; kapag nakagawa tayo ng masama at napagtanto natin ito, huwag na nating dagdagan pa ng anumang kasamaan, sa halip ay lumakad tayo sa daan ng katuwiran.

Sinasabi sa 1 Pedro 5:8-9, *"Magpakatino kayo, magbantay kayo. Ang diyablo na inyong kaaway ay tulad ng leong gumagala at umuungal, na humahanap ng kanyang malalapa. Siya'y labanan ninyo, maging matatag sa inyong pananampalataya, yamang inyong nalalaman na ang mga gayong hirap ay nararanasan ng inyong mga kapatid sa buong sanlibutan."*

At ang sabi naman sa 1 Juan 5:18, *"Alam natin na ang sinumang ipinanganak ng Diyos ay hindi patuloy na magkakasala; subalit ang ipinanganak ng Diyos ay nag-iingat sa kanyang sarili, at hindi siya ginagalaw ng masama."*

Kaya nga, kung hindi tayo nagkakasala kundi ganap na namumuhay sa salita ng Diyos nang may katotohanan, ipagtatanggol tayo ng Diyos sa pamamagitan ng kanyang nagniningas na mga mata, upang hindi na tayo mag-aalala sa kahit anumang bagay.

Sa ating kapaligiran, makikita nating dumaranas ng iba't ibang uri ng kapahamakan ang tao, pero hindi nila nauunawaan kung bakit sila dumaranas ng ganoong mga paghihirap. Gayon din naman, nakakakita rin tayo ng mga mananampalatayang nagdurusa sa kahirapan.

May mga nahaharap sa salot ng dugo o mga kuto, ang iba naman ay sa salot ng yelong ulan o mga balang. At may iba rin na nahaharap sa salot ng kamatayan ng panganay, at bukod pa riyan, dumadaan sila sa salot ng pagkakalibing sa tubig.

Kaya nga, hindi tayo dapat mamuhay sa pagsuway katulad ni Faraon kundi mamuhay tayo sa pagsunod, para hindi tayo maharap sa mga ganitong salot.

Kahit na tayo ay nasa sitwasyon na hindi maiwasang maranasan ang salot ng kamatayan ng mga panganay o ang salot ng kadiliman, maaari pa tayong mapatawad kung magsisisi tayo at tatalikod sa kasalanan kaagad. Kagaya ng mga kawal ng Ehipto na nalibing sa gitna ng Dagat na Pula, kapag ipinagpaliban pa natin ito at hindi tayo tumalikod, magiging huli na ang lahat.

Sa Buhay Ng
Pagsunod

"Kung susundin mo ang tinig ng PANGINOON mong Diyos at maingat mong gagawin ang lahat ng kanyang mga utos na aking iniuutos sa iyo sa araw na ito, itataas ka ng PANGINOON mong Diyos sa lahat ng mga bansa sa lupa; at ang lahat ng pagpapalang ito ay darating sa iyo at aabot sa iyo, kung iyong susundin ang tinig ng PANGINOON mong Diyos. Magiging mapalad ka sa lunsod, at magiging mapalad ka sa parang. Magiging mapalad ang bunga ng iyong katawan, ang bunga ng iyong lupa, ang bunga ng iyong mga hayop, ang karagdagan sa iyong bakahan at ang mga anak ng iyong kawan. Magiging mapalad ang iyong buslo at ang iyong masahan ng harina. Magiging mapalad ka sa iyong pagpasok at magiging mapalad ka sa iyong paglabas"
(Deuteronomio 28:1-6).

Kabanata 7

Ang Paskuwa At Ang Daan Ng Kaligtasan

Exodo 12:1-28

Ang PANGINOON ay nagsalita kina Moises at Aaron sa lupain ng Ehipto, na sinasabi, "Ang buwang ito'y magiging pasimula ng inyong mga buwan; ito ang magiging unang buwan ng taon para sa inyo. Sabihin ninyo sa buong kapulungan ng Israel: sa ikasampung araw ng buwang ito, ay kukuha ang bawat lalaki sa kanila ng isang kordero, ayon sa mga sambahayan ng kani-kanilang mga ninuno, isang kordero sa bawat sambahayan" (12:1-3).

"Iyon ay inyong iingatan hanggang sa ikalabing-apat na araw ng buwang ito, at papatayin ng buong kapulungan ng kapisanan ng Israel ang kanilang mga kordero sa paglubog ng araw. Pagkatapos, kukuha sila ng dugo, at ilalagay sa dalawang haligi ng pinto at sa itaas ng pintuan, sa mga bahay na kanilang kakainan. Kanilang kakainin sa gabing iyon ang kordero; kanilang kakainin ito na inihaw sa apoy, kasama ang tinapay na walang pampaalsa at mapapait na gulay. Huwag ninyo itong kakaining hilaw o pinakuluan man sa tubig, kundi inihaw sa apoy, pati ang ulo, ang paa, at mga lamang loob nito. Huwag kayong magtitira ng anuman nito hanggang sa kinaumagahan; ang matitira hanggang sa kinaumagahan ay inyong susunugin sa apoy. Sa ganitong paraan ninyo kakainin ito: may bigkis ang inyong baywang, ang mga sandalyas ay nakasuot sa inyong mga paa, at ang inyong tungkod ay nasa inyong kamay; at dali-dali ninyong kakainin ito. Ito ang Paskuwa ng PANGINOON" (12:6-11).

Hanggang sa puntong ito, makikita nating si Faraon at ang kanyang mga lingkod ay patuloy na namumuhay sa pagsuway sa salita ng Diyos.

Ang bunga nito ay pagkakaroon ng maliliit na salot sa buong lupain ng Ehipto. Sa patuloy nilang pagsuway, marami sa kanila ang nagkakasakit, nawala ang kanilang mga kayamanan at sa bandang huli, pati ang kanilang mga buhay.

Sa kabaliktaran, kahit na nakatira sa iisang lupain ng Ehipto, ang piniling bayan ng Israel ay hindi nakaranas ng kahit na anong salot.

Nang iparanas ng Diyos sa buhay ng mga Ehipcio ang huling salot, walang namatay sa mga Israelita. Dahil ipinaalam ng Diyos sa bayan ng Israel ang daan ng kaligtasan.

Ito'y hindi lang para sa mga Israelita libo-libong taon na ang nakakaraan, kundi para sa kasalukuyang panahon natin.

Ang Paraan Upang Maiwasan Ang Salot Ng Kamatayan Ng Mga Panganay

Bago magkaroon ng salot ng kamatayan ng mga panganay sa Ehipto, ipinaalam ng Diyos sa mga Israelita ang daan kung paano maiiwasan ang salot.

Sabihin ninyo sa buong kapulungan ng Israel: "Sa ikasampung araw ng buwang ito, ay kukuha ang bawat lalaki sa kanila ng isang kordero, ayon sa mga sambahayan ng kani-kanilang mga ninuno, isang kordero sa bawat sambahayan" (Exodo 12:3).

Sa simula ng salot ng dugo hanggang sa salot ng kadiliman, kahit na walang ginawa ang mga Israelita para sa sarili nila, iningatan sila ng kapangyarihan ng Diyos. Bago mangyari ang huling salot, nais ng Diyos ang pagsunod ng mga Israelita.

Ito ay nang pakuhanin sila ng kordero at pinalagyan ng dugo ang dalawang haligi at itaas ng pintuan ng mga bahay, at inutusan silang kainin ang korderong inihaw sa apoy sa kanilang bahay. Ito ang naging tanda para matukoy ang bayan ng Diyos kapag pinatay na Niya ang lahat ng panganay na lalaki at mga hayop sa Ehipto.

Dahil nilampasan ng huling salot ang mga bahay na may dugo ng kordero, hanggang ngayon ay ipinagdiriwang pa rin ng mga Judio ang araw ng Paskuwa, ang araw nang sila'y iligtas.

Ito ngayon ang pinakamalaking pagdiriwang ng mga Judio. Kumakain sila ng kordero, tinapay na walang pampaalsa at mapapait na gulay sa araw na ito. Mas maraming detalye pa ang ipapaliwanag sa Kabanata 8.

Kumuha Ng Kordero (Tupa)

Inutusan sila ng Diyos na kumuha ng kordero sapagkat ang kordero, sa espirituwal na diwa, ay sumisimbulo kay Jesu-Cristo.

Ang mga naniniwala sa Diyos ay madalas na tinatawag na Kanyang 'tupa.' May mga taong nag-iisip na ang 'tupa' ay tumutukoy sa mga 'bagong mananampalataya,' ngunit sa Biblia, makikita natin na ang 'kordero o tupa' ay tumutukoy kay Jesu-Cristo.

Sa Juan 1:29, sinabi ni Juan Bautista habang nakaturo kay Jesus, *"Narito ang Kordero ng Diyos, na nag-aalis ng kasalanan ng sanlibutan!"* At ang sabi sa 1 Pedro 1:18-19, *"Nalalaman ninyo na kayo'y tinubos mula sa inyong walang kabuluhang paraan ng pamumuhay na minana ninyo sa inyong mga ninuno, hindi ng mga bagay na nasisira, tulad ng pilak o ginto, kundi ng mahalagang dugo ni Cristo, gaya ng sa korderong walang kapintasan at walang dungis."*

Ang katangian at mga gawa ni Jesus ay nagpapaalala sa atin ng isang maamong tupa. Ang sabi sa Mateo 12:19-20, *"Hindi Siya makikipagtalo, o sisigaw, o maririnig ng sinuman ang Kanyang tinig sa mga lansangan. Hindi Niya babaliin ang tambong nasugatan, o papatayin ang nagbabagang mitsa, hanggang ang katarungan ay dalhin Niya sa tagumpay."*

Kagaya ng tupa na nakikinig lang sa boses ng kanyang pastol at sumusunod dito, si Jesus ay sumunod at sumagot lang ng 'Oo' at 'Amen' sa harapan ng Diyos Ama (Pahayag 3:14). Hanggang sa mamatay Siya sa krus, nais Niyang matupad ang kalooban ng Diyos (Lucas 22:42).

Nakukuha natin sa tupa ang malambot na balahibo, masustansyang gatas, at karne. Gayun din naman, si Jesus ay ipinagkaloob bilang handog na kabayaran upang magkaroon tayo ng personal na relasyon sa Diyos, sa pagdanak ng lahat ng

Kanyang tubig at dugo doon sa krus.

Kaya maraming bahagi sa Biblia ang nagtutulad kay Jesus sa tupa. Nang inutusan ng Diyos ang mga Israelita kung paano ipagdiriwang ang Paskuwa, sinabi din Niya ng detalyado kung paano kainin ang tupa.

"Kung ang sambahayan ay napakaliit para sa isang kordero, siya at ang kanyang malapit na kapitbahay ay magsasalu-salo sa isa ayon sa bilang ng mga tao; gagawin ninyo ang pagbilang sa kordero ayon sa makakain ng bawat tao. Ang inyong kordero ay walang kapintasan, isang lalaki na isang taong gulang; inyong kukunin ito sa mga tupa o sa mga kambing" (Exodo 12:4-5).

Kung napakahirap nila, o maliit ang kanilang pamilya upang kumain ng isang buong kordero, maaari silang kumuha ng kordero na alin man sa tupa o kambing, at maaari nila itong ibahagi sa kapitbahay na pamilya. Mararamdaman natin ang dakilang pag-ibig ng Diyos na umaapaw sa kahabagan.

Ang dahilan kung bakit isang taong gulang na korderong lalaki na walang kapintasan ang ipinapakuha sa kanila ng Diyos ay sapagkat ang karne nito ay napakasarap pa sa gulang niya dahil wala pang nasisipingan. Gayon din naman sa mga lalaki, ito ang panahon ng kanilang kabataan, napakaganda at malinis.

Dahil ang Diyos ay banal, walang bahid-dungis o kapintasan,

sinabi Niya na kumuha ng kordero sa pinakamagandang gulang nito, isang taong gulang.

Maglagay Ng Dugo At Huwag Lumabas Hanggang Kinabukasan

Sinabi ng Diyos na kailangan nilang kumuha ng kordero nang naaayon sa bilang ng sambahayan. Sa Exodo 12:6 makikita natin na hindi pinapatay kaagad ang kordero, kundi pagkalipas pa ng apat na araw, at sa takipsilim ito isinasagawa. Binigyan sila ng Diyos ng panahon upang maihanda ito nang may katapatan sa kanilang mga puso.

Bakit sinabi ng Diyos na kailangang patayin nila ito sa takipsilim?

Ang pag-aalaga sa tao, na nagsimula noong suwayin ni Adan ang Diyos, ay pwedeng igrupo sa tatlong bahagi. Mula kay Adan hanggang kay Abraham ay may 2,000 taon, at ang panahong ito ang pasimula ng pag-aalaga sa tao. Kung ihahambing sa isang araw, ito ay umaga.

Pagkatapos, hinirang ng Diyos si Abraham bilang ama ng pananampalataya, at mula sa panahon ni Abraham hanggang sa dumating si Jesus dito sa mundo, ito ay 2,000 taon din. Katulad ito ng buong araw o maghapon.

Mula nang dumating dito sa mundo si Jesus hanggang

ngayon, may 2,000 taon din. Ito ang pagtatapos ng pag-aalaga sa tao at panahon ng takipsilim (1 Juan 2:18; Judas 1:18; Hebreo 1:2; 1 Pedro 1:5, 20).

Ang panahon nang si Jesus ay magkatawang tao dito sa mundo at tinubos tayo sa ating mga kasalanan sa pamamagitan ng kanyang pagkamatay sa krus, ay nabibilang sa huling panahon ng pag-aalaga sa tao, kaya ipinag-utos ng Diyos na patayin ang kordero sa takipsilim at hindi sa araw.

At ang mga tao'y dapat magpahid ng dugo ng kordero sa dalawang haligi at sa itaas ng pintuan (Exodo 12:7). Ang dugo ng kordero sa espirituwal na diwa ay tumutukoy sa dugo ng Panginoong Jesu-Cristo. Sinabi ng Diyos na pahiran ng dugo ang dalawang haligi at itaas ng pintuan sapagkat iniligtas tayo sa pamamagitan ng dugo ni Jesus. Sa pamamagitan ng pagbuhos ng dugo at pagkamatay sa krus, tayo ay tinubos ni Jesus sa ating mga kasalanan at nagkaroon ng kaligtasan, ito ang espirituwal na kahulugan na ipinapahiwatig.

Dahil sa banal na dugo ang tumubos sa atin mula sa mga kasalanan, hindi nila dapat ipahid ang dugo sa pasukan na tinatapakan ng tao, kundi sa mga haligi at itaas ng pintuan.

Sinabi ni Jesus, *"Ako ang pintuan. Ang sinumang pumasok sa pamamagitan Ko ay maliligtas at papasok at lalabas, at makakatagpo ng pastulan"* (Juan 10:9). Gaya ng nasasaad, noong gabi ng salot ng kamatayan ng mga panganay na lalaki, lahat ng tahanan na hindi pinahiran ng dugo ay namatayan, ngunit ang mga tahanan na pinahiran ng dugo ay naligtas mula sa tiyak na kamatayan.

Ngunit kahit nagpahid sila ng dugo ng kordero, kung lumabas sila ng pintuan, hindi sila maliligtas (Exodo 12:22). Kung lumabas sila ng pintuan, ang ibig sabihin ay wala silang kaugnayan sa tipan ng Diyos, at kakaharapin nila ang salot ng kamatayan ng mga panganay.

Sa espirituwal na diwa, ang labas ng pintuan ay sumisimbulo sa kadiliman na walang kinalaman sa Diyos. Ito ang mundo ng kasinungalingan. Ganoon din naman, sa kasalukuyan, kahit na tinanggap na natin ang Panginoon, hindi tayo maliligtas kung iiwan natin Siya.

Ihawin Ang Kordero/Tupa At Kainin Ito Ng Buo

Maraming namatay sa tahanan ng mga Ehipcio, at nagkaroon ng malakas na pagtangis. Simula sa tahanan ni Faraon, na hindi natakot sa Diyos sa kabila ng lahat ng makapangyarihang gawa ng Diyos na ipinakita sa mga Ehipcio, isang malakas na pagtangis ang umalingawngaw sa katahimikan ng gabi.

Hanggang mag-umaga, hindi lumabas ang mga Israelita sa kanilang mga pintuan. Kumain lang sila ng kordero ayon sa salita ng Diyos. Ano ang dahilan kung bakit sa kalaliman ng gabi nila kinain ang kordero? Naglalaman ito ng malalim na kahulugang espirituwal.

Bago kumain si Adan sa bunga ng puno ng kaalaman ng

mabuti at masama, nabuhay siya sa ilalim ng pamamahala ng Diyos na Siyang liwanag. Pero dahil sinuway niya ang Diyos at kumain mula sa ipinagbabawal na puno, siya'y naging alipin ng kasalanan. Dahil dito, lahat ng kanyang inapo, lahat ng sangkatauhan ay napasailalim sa kaaway na diablo at si Satanas, ang pinuno ng kadiliman. Kaya ang mundong ito ay nasa kadiliman o gabi.

Katulad ng pagkain ng mga Israelita sa kordero sa kalaliman ng gabi, tayo na nabubuhay sa espirituwal na mundo ng kadiliman ay dapat kumain ng laman ng Anak ng Tao, na Salita ng Diyos na siyang liwanag, at uminom ng Kanyang dugo, upang makatanggap tayo ng kaligtasan. Detalyadong sinabi ng Diyos sa kanila kung paano kakainin ang kordero. Kailangan nila itong kainin kasama ang tinapay na walang pampaalsa at mapapait na gulay (Exodo 12:8).

Ang pampaalsa ay isang uri ng organismo na ginagamit sa paggawa ng tinapay, para ito mas sumarap at lumambot. Ang tinapay na walang pampaalsa ay hindi gaanong masarap kaysa sa tinapay na may pampaalsa.

Dahil nasa desperadong kalagayan na sila, kung mabubuhay o hindi, hinayaan ng Diyos na kumain sila ng kordero na may kasamang hindi gaanong masarap na tinapay na walang pampaalsa at mapapait na gulay, upang maalala nila ang araw na iyon.

Gayon din, ang pampaalsa ay tumutukoy sa mga kasalanan at kasamaan sa espirituwal na diwa. Kaya 'ang kumain ng tinapay na walang pampaalsa' ay sumisimbulo na dapat nating alisin ang mga kasalanan at kasamaan upang tumanggap ng kaligtasan sa buhay.

At sinabi ng Diyos na ihawin ang kordero sa apoy, hindi ito kakainin ng hilaw o pinakuluan sa tubig, at dapat nila itong kaining lahat, ang ulo, ang mga binti, at ang mga lamang loob (Exodo 12:9).

Ang ibig sabihin ng 'pagkain ng hilaw' ay literal na pag-unawa o interpretasyon ng mahalagang salita ng Diyos.

Halimbawa, sinasabi sa Mateo 6:6, *"Ngunit kapag ikaw ay mananalangin, pumasok ka sa iyong silid, at pagkasara mo ng iyong pinto ay manalangin sa iyong Ama na nasa lihim, at ang iyong Ama na nakakakita ng mga lihim ay gagantimpalaan ka."* Kung literal ang pagkaunawa natin dito, kailangan tayong pumasok sa loob ng isang kuwarto, isara ang pintuan, at manalangin. Pero wala tayong makikita sa Biblia ng taong maka-Diyos na nananalangin sa kaloob-looban ng kuwarto na nakasara ang pintuan.

Sa espirituwal na diwa, ang ibig sabihin ng 'pumasok sa silid at manalangin' ay dapat wala tayong iniisip na walang saysay, kundi mananalangin tayo ng buong puso.

Sa ating pagkain, kung kakain tayo ng hilaw na karne, maaari tayong magkaimpeksyon mula sa mga uod o baka sumakit ang ating tiyan. Kung literal ang pag-unawa natin sa salita ng Diyos, hindi tayo magkakasundo at magkakaproblema tayo. Kaya, hindi tayo magkakaroon ng espirituwal na pananampalataya, at mapapalayo pa tayo sa kaligtasan.

Ang ibig sabihin ng 'pakuluan ito sa tubig' ay haluan ang salita ng Diyos ng pilosopiya, siyensya, medisina, o mga hakahaka ng tao. Kung pakukuluan ang karne sa tubig, ang katas nito ay lalabas at mawawala ang malaking bahagi ng sustansya nito. Gayun din naman, kung hahaluan ng kaalaman ng sanlibutan ang salita ng katotohanan, magkakaroon tayo ng kaunting pananampalataya bilang kaalaman, subalit hindi tayo magkakaroon ng espirituwal na pananampalataya. Kaya hindi ito mag-aakay sa atin sa kaligtasan.

Ano naman ang ibig sabihin ng pag-iihaw ng kordero sa apoy?
Ang 'apoy' ay sumisimbolo sa 'apoy ng Banal na Espiritu.' Ang salita ng Diyos ay naisulat sa pamamagitan ng inspirasyon at paggabay ng Banal na Espiritu, kaya naman kapag narinig at nabasa natin ito, kailangang sundin natin ito sa kapuspusan at inspirasyon ng Banal na Espiritu. Kung hindi, ito'y munting kaalaman lang, at hindi natin matatamo bilang pagkaing espirituwal.

Para makain ang salita ng Diyos na inihaw sa apoy, kailangan natin ang mataimtim na mga panalangin. Ang panalangin ay katulad ng langis, at ito ang pinagmumulan ng kapuspusan ng Banal na Espiritu. Kapag tatanggapin natin ang salita ng Diyos na may inspirasyon ng Banal na Espiritu, ito ay magiging mas matamis pa sa pulot. Ibig sabihin ay pinakikinggan natin ang salita na may pusong nauuhaw, kagaya ng usang naghahanap ng tubig sa batisan. Kaya damang-dama natin na ang oras ng pakikinig sa salita ng Diyos ay totoong napakahalaga, at hindi kailanman tayo maiinip dito.

Kapag nakikinig tayo sa salita ng Diyos, at paiiralin natin ang pananaw ng tao, o ang sarili nating karanasan at kaalaman, hindi natin mauunawan ang maraming bagay.

Halimbawa, sinasabi ng Diyos sa atin, kung may sumampal sa inyo sa pisngi, iharap mo pa sa kanya ang kabila, at kung may humingi ng iyong balabal, ibigay mo na rin ang iyong damit, at kung may nagpilit na samahan siya ng isang milya, lumakad tayo ng dalawang milya na kasama siya. Gayundin, maraming tao ang nag-aakalang tama ang maghiganti, subalit sinasabi sa atin ng Diyos na mahalin kahit na mga kaaway, magpakumbaba tayo, at paglingkuran ang kapwa (Mateo 5:39-44).

Kaya dapat na wasakin natin ang ating mga iniisip at tanggapin lang ang salita ng Diyos sa inspirasyon ng Banal na Espiritu. Sa ganoon lang magiging buhay at lakas natin ang salita ng Diyos, at makakaya nating iwaksi ang mga kasinungalingan, at magagabayan tayo patungo sa buhay na walang hanggan.

Karaniwang mas masarap ang lasa ng karne na inihaw sa apoy, at isa din itong paraan upang maiwasan ang impeksyon. Gayon din naman, ang kaaway na diablo at si Satanas ay walang magagawa sa taong may espirituwal na pag-unawa sa salita ng Diyos, na matamis pa sa pulot.

Bukod pa dito, sinabi ng Diyos sa kanila na kainin ang ulo, mga paa, at mga laman-loob. Ang ibig sabihin ay dapat nating tanggaping lahat ang animnapu't anim na aklat ng Biblia, at walang dapat isantabi kahit isa man lang sa mga ito.

Makikita sa Biblia ang pinagmulan ng paglikha at ang plano sa pangangalaga ng tao. Bukod dito, naglalaman ito kung paano magiging tunay na anak ng Diyos. Nasa Biblia din ng kalooban ng Diyos tungkol sa kaligtasan na matagal nang nakatago bago pa magsimula ang lahat. Kasama rin ang kalooban ng Diyos.

Kaya ang ibig sabihin ng 'ang kumain ng ulo, ng mga paa, at lamang-loob' ay dapat na tanggapin ang Biblia sa kabuoan nito mula sa Aklat ng Genesis hanggang sa Aklat ng Pahayag (Apocalipsis).

Huwag Magtitira Ng Kahit Na Ano Hanggang Kinabukasan, At Kainin Ito Nang Madalian

Ang bayan ng Israel ay kumain ng kordero na inihaw sa apoy, sa kanilang mga tahanan, at hindi sila nagtira kahit kaunti hanggang kinaumagahan, dahil ang sinasabi sa Exodo 12:10, *"Huwag kayong magtitira ng anuman nito hanggang sa kinaumagahan; Ang matitira hanggang sa kinaumagahan ay inyong susunugin sa apoy."*

Ang 'umaga' ay panahong papawala na ang dilim at parating na ang liwanag. Sa espirituwal na diwa, tumutukoy ito sa pangalawang pagbabalik ng Panginoon. Kapag nagbalik na siya, hindi na tayo makakapaghanda pa ng langis (Mateo 25:1-13), at kaya naman, kailangang sundin natin ang salita ng Diyos na may kasipagan at ipamuhay ito bago ang muling pagbabalik ng Panginoong Jesus.

Gayon din, ang tao ay nabubuhay lang ng 70 hanggang 80 taon, at hindi natin alam kung kailan magtatapos ang ating buhay. Kaya dapat tayong magsikap sa pagsunod ng salita ng Diyos sa lahat ng panahon.

Ang bayan ng Israel ay kailangang umalis sa Ehipto pagkatapos ng salot ng kamatayan ng panganay. Kaya sinabihan sila ng Diyos na kumain nang madalian.

Sa ganitong paraan ninyo kakainin ito: may bigkis ang inyong baywang, ang mga sandalyas ay nakasuot sa inyong mga paa, at ang inyong tungkod ay nasa inyong kamay; at dali-dali ninyong kakainin ito. Ito ang Paskuwa ng PANGINOON (Exodo 12:11).

Ibig sabihin, kailangan nilang maging handa sa pag-alis, suot na ang kanilang damit at sandalyas. Ang pagsusuot ng bigkis at ng sandalyas ay nangangahulugang handang-handa na sila.

Para tumanggap ng kaligtasan sa pamamagitan ni Jesu-Cristo sa mundong ito. na katulad ng Ehipto na nakaranas ng paghihirap dahil sa mga salot, at para makapasok sa kaharian ng langit, na katulad ng Lupang Pangako ng Canaan, dapat lagi tayong gising at handa.

Sinabi rin ng Diyos na hawakan nila ang tungkod, at

ang 'tungkod' sa espirituwal na diwa ay sumisimbulo sa 'pananampalataya.' Kapag naglalakad tayo o umaakyat sa bundok, kung may tungkod tayo, mas ligtas at mas madali ito, at hindi tayo madadapa.

Ang tungkod ay ibinigay ng Diyos kay Moises dahil wala pa sa puso niya ang Banal na Espiritu. Ang tungkod ay kumakatawan sa pananampalataya sa espirituwal na diwa. Sa ganoong paraan, ang bayang Israel ay makakaranas ng kapangyarihan ng Diyos sa pamamagitan ng tungkod na nakikita ng kanilang mga mata, at ang gawa ng Exodo mula sa Ehipto ay mangyayari.

Kahit ngayon, upang makapasok sa kaharian ng langit, kailangang magkaroon tayo ng pananampalatayang espirituwal. Makakamtan lang natin ang kaligtasan kapag tayo ay sasampalataya sa Panginoong Jesu-Cristo na namatay sa krus ng walang anumang kasalanan at nabuhay na mag-uli. Makakamtan lang natin ang ganap na kaligtasan kung isasabuhay natin ang salita ng Diyos sa pamamagitan ng pagkain ng laman ng ating Panginoon at pag-inom ng Kanyang dugo.

Higit pa riyan, ngayon na ang panahon, napakalapit na ng pagbabalik ng Panginoon. Kaya dapat tayong sumunod sa salita ng Diyos at manalangin ng mataimtim upang lagi tayong magtagumpay sa laban natin sa kapangyarihan ng kadiliman.

Kaya't kunin ninyo ang buong baluti ng Diyos, upang kayo'y makatagal sa araw na masama, at kung magawa na ninyo ang lahat ay tumayong matatag.

Kaya't tumindig kayo, na ang inyong mga baywang ay nabibigkisan ng katotohanan na suot ang baluti ng katuwiran, at nakasuot sa inyong mga paa ang pagiging handa para sa ebanghelyo ng kapayapaan. Kasama ng lahat ng ito, taglayin ninyo ang kalasag ng pananampalataya, na sa pamamagitan nito ay inyong masusugpo ang mga nag-aapoy na palaso ng masama. At taglayin ninyo ang helmet ng kaligtasan, at ang tabak ng Espiritu, na siyang salita ng Diyos (Efeso 6:13-17).

Kabanata 8

Ang Pagtutuli At Ang Banal Na Hapunan

Exodo 12:43-51

Sinabi ng PANGINOON kay Moises at kay Aaron, "Ito ang tuntunin ng paskuwa" (43).

Subalit ang sinumang hindi tuli ay hindi makakakain niyon (48).

"May iisa lamang kautusan para sa ipinanganak sa lupain, at para sa dayuhang naninirahang kasama ninyo" (49).

Nang araw ding iyon, kinuha ng PANGINOON ang mga anak ni Israel sa lupain ng Ehipto, ayon sa kanilang mga hukbo (51).

Ang Pista ng Paskuwa ang pinakamahabang panahon ng pagdiriwang sa buong mundo, mahigit na 3,500 taon na ngayon. Ito ang naging pundasyon ng pagkatatag ng bansang Israel.

Ang Paskuwa ay פסח (Pesach) sa Hebreo, na ang ibig sabihin gaya ng pangalan ay ang paglampas/paglaktaw o pagpapatawad. Ibig sabihin, ang anino ng kadiliman ay lumampas sa sambahayan ng mga Israelita na ang mga haligi at itaas ng pintuan ay pinahiran ng dugo ng kordero, nang ang salot ng kamatayan ng panganay ay dumating sa Ehipto.

Hanggang ngayon, tuwing Paskuwa sa bayan ng Israel, nililinis nila ang mga bahay at inaalis ang lahat ng tinapay na may pampaalsa. Kahit ang maliliit na bata ay naghahanap sa ilalim ng kama at likuran ng mga kasangkapan gamit ang flashlight, baka may naliligaw na tinapay o anumang pang-meryenda na may pampaalsa, at inaalis nila ito. At saka, ang bawat sambahayan ay kumakain ayon sa mga tuntunin ng Paskuwa. Ang ama ng pamilya ang namumuno sa pagdiriwang ng Paskuwa at ng Exodo.

"Bakit tayo kumakain ng Matzo (tinapay na walang pampaalsa) ngayong gabi?"

"Bakit tayo kumakain ng Maror (mapait na halaman) ngayong gabi?"

"Bakit natin kailangang kumain ng 'parsley' na isinawsaw ng dalawang beses sa tubig alat? Bakit tayo kumakain ng mapait na halaman na may Harosheth (mamula-mulang minatamis na prutas na sumisimbulo sa paggawa ng pulang adobe sa Ehipto)?"

"Bakit tayo nakasandal habang kumakain ng pagkain ng Paskuwa?"

Ipinapaliwanag ng nangunguna sa seremonya na walang pampaalsa ang tinapay na kinain nila dahil nagmamadali silang umalis sa Ehipto. Ganoon din, ipinapaliwanag niya na ang pagkain ng mapait na halaman ay tanda ng mapait na karanasan ng mga Israelita mula sa pagkaalipin sa Ehipto, at ang pagkain ng 'parsley' na isinasawsaw sa tubig-alat ay tanda ng luhang dumaloy sa mga Israelita sa Ehipto.

Subalit ngayon, dahil malaya na ang kanilang mga ama mula sa pagkaalipin, kumakain sila ng nakasandal upang maipahayag ang kalayaan at kagalakan na pwede na silang sumandal habang kumakain. At habang nagsasalita ang tagapanguna tungkol sa kasaysayan ng sampung salot sa Ehipto, ang bawat miyembro ng pamilya ay maglalagay ng kaunting alak sa bibig niya at sa tuwing mababanggit ang bawat salot ay idudura ito sa nakahiwalay na mangkok.

May 3,500 taon na ang nakakalipas nang maganap ang Paskuwa, pero sa pamamagitan ng pagkain sa Paskuwa, may pagkakataon na ngayon kahit ang mga bata na maranasan ang Exodo. Magpahanggang ngayon, inaalaala pa rin ng mga Judio ang Pista ng Paskuwa na itinatag ng Diyos ilang libong taon na ang nakakalipas.

Ang kapangyarihan ng Diaspora ay nakasalalay dito – ito ang kapangyarihan para sa mga Judio na kumalat sa buong mundo para magsama-sama at muling itatag ang kanilang bansa.

Mga Katangian Para Sa Mga Kalahok Sa Paskuwa

Noong gabing dumating sa Ehipto ang salot ng kamatayan ng mga panganay, ang mga Israelita ay naligtas sa kamatayan dahil sumunod sila sa Diyos. Para makasali sa Paskuwa, kailangan nilang sundin ang mga kondisyon.

Sinabi ng PANGINOON kay Moises at kay Aaron, "Ito ang tuntunin ng Paskuwa: walang sinumang banyaga na kakain niyon. Subalit ang bawat alipin na binili ng salapi ay maaaring makakain niyon kapag tuli na siya. Ang dayuhan at ang alilang upahan ay hindi maaaring kumain niyon. Sa loob ng isang bahay kakainin iyon; huwag kang magdadala ng laman sa labas ng bahay, ni huwag ninyong babaliin kahit isang buto niyon. Ipapangilin iyon ng buong kapulungan ng Israel. Kapag ang isang dayuhan ay maninirahang kasama mo, at mangingilin ng Paskuwa ng PANGINOON, tutuliin lahat ang kanyang mga kalalakihan at saka lamang siya makakalapit at makakapangilin. Siya'y magiging tulad sa ipinanganak sa lupain ninyo. Subalit sinumang hindi tuli ay hindi makakakain niyon. May iisa lamang kautusan para sa ipinanganak sa lupain, at para sa dayuhang naninirahang kasama ninyo" (Exodo 12:43-49).

Ang mga tuli lamang ang maaaring kumain ng pagkaing pang Paskuwa, dahil ang pagtutuli ay mahalagang bagay sa buhay, at may kaugnayang espirituwal sa kaligtasan.

Ang pagtutuli ay ang pagtanggal ng balat sa maselang bahagi (ari) ng lalaki at isinasagawa sa ika-8 araw mula sa kapanganakan ng mga sanggol na lalaki sa Israel.

Ang sinasabi sa Genesis 17:9-10, *"Sinabi ng Diyos kay Abraham, 'At tungkol sa iyo, ingatan mo ang Aking tipan, ikaw at ang iyong binhi pagkamatay mo sa buong lahi nila. Ito ang Aking tipan na inyong iingatan, ang tipan natin at ng iyong binhi pagkamatay mo: Ang bawat lalaki sa inyo ay tutuliin.'"*

Nang ipagkaloob ng Diyos ang Kanyang pangakong pagpapala kay Abraham, na ama ng pananampalataya, sinabi Niya na gawin ang pagtutuli bilang tanda ng tipan. Ang hindi tinuli ay hindi maaaring tumanggap ng mga pagpapala.

"Inyong tutuliin ang balat ng inyong maselang bahagi, at ito ang magiging tanda ng ating tipan sa inyo. Sa inyong buong lahi, bawat lalaking may gulang na walong araw sa inyo ay tutuliin, maging ang aliping ipinanganak sa iyong bahay, o ang binili

ng salapi sa sinumang taga-ibang lupa na hindi sa iyong lahi. Ang aliping ipinanganak sa bahay at ang binili ng iyong salapi ay dapat tuliin, at ang Aking tipan ay makikita sa iyong laman bilang tipang walang hanggan. Ang sinumang lalaking hindi tuli, na hindi tinuli ang balat ng maselang bahagi ay ititiwalag sa kanyang bayan; sinira niya ang Aking tipan" (Genesis 17:11-14).

Bakit kaya iniutos ng Diyos na sa pagsapit ng ika-8 araw dapat tuliin?

Hindi madali para sa isang sanggol na bagong silang pagkatapos ng siyam na buwan sa sinapupunan ng ina, na mapalagay sa bago at naiibang kapaligiran. Ang mga cells o selyula ay mahina pa. Subalit pagkatapos ng pitong araw, nasasanay na ito kahit hindi pa gaanong aktibo.

Kung isasagawa ang pagtutuli sa panahong ito, hindi gaanong masakit at ang hiwa/sugat ay mabilis na maghihilom. Pero kapag malaki na, matigas na ang balat at napakasakit na nito.

Inutusan ng Diyos ang mga Israelita na isagawa ang pagtutuli sa ika-8 araw pagkasilang ng sanggol, upang makatulong ito sa kalinisan at sa paglaki ng bata, at bilang tanda ng Kanyang tipan.

Pagtutuli, May Kaugnayan Sa Buhay

Sinasabi sa Exodo 4:24-26, *"Sa daan, sa isang lugar na pinagpalipasan nila ng gabi, sinalubong siya ng PANGINOON at tinangka siyang patayin. Ngunit kumuha si Zipora ng isang batong matalim, pinutol ang balat sa ari ng kanyang anak na lalaki at ipinahid sa mga paa ni Moises. Kanyang sinabi, Tunay na ikaw ay isang asawa sa dugo sa akin. Sa gayo'y kanyang binitiwan siya. Nang magkagayo'y kanyang sinabi, Ikaw ay isang asawa sa dugo sa akin, sa pamamagitan ng pagtutuli."*

Bakit nais patayin ng Diyos si Moises?

Mauunawaan natin ito kung naiintindihan natin ang kapanganakan at paglaki ni Moises. Noong panahong iyon, para tuluyang mawasak ang mga Israelita, may ibinabang kautusan na dapat patayin ang lahat ng bagong silang na lalaking Hebreo.

Kaya itinago si Moises ng kanyang ina. Inilagay siya sa basket na yari sa papiro at inilagay sa pampang ng ilog Nilo. Kalooban ng Diyos na makita siya ng prinsesa ng Ehipto, at hindi nagtagal siya ay naging prinsipe at itinuring na anak ng prinsesa. Ito ang dahilan kung bakit hindi siya napunta sa sitwasyon para tuliin.

Kahit na tinawag siyang lider sa paglabas sa Ehipto, hindi pa siya natutuli. Ito ang dahilan kung bakit tinangka siyang patayin ng anghel ng Panginoon. Gaya nito, ang pagtutuli ay may tuwirang kaugnayan sa buhay; kung hindi tuli ang isang tao, wala siyang kinalaman sa Diyos.

Sinasabi sa Hebreo 10:1, *"Yamang ang kautusan ay anino lamang ng mabubuting bagay na darating, at hindi ang tunay na larawan ng mga bagay na ito,"* ang kautusang ito ay tumutukoy sa Lumang Tipan, at ang 'mga bagay na darating' ay ang Bagong Tipan, ang Mabuting Balita sa pamamagitan ni Jesu-Cristo.

Ang anino at ang orihinal na larawan ay iisa, at hindi maaaring paghiwalayin. Kaya nga, ang kautusan ng Diyos noon tungkol sa pagtutuli sa Lumang Tipan, na nag-uutos na puputulin ang kaugnayan nila mula sa hanay ng bayan ng Diyos kung walang pagtutuli, ay patuloy pa ring isinasagawa hanggang sa ngayon.

Subalit sa ngayon, hindi katulad sa Lumang Tipan, hindi na natin kailangan pang dumaan pa sa pagtutuling pisikal kundi sa espirituwal na pagtutuli, ang paglilinis ng puso.

Pisikal Na Pagtutuli At Paglilinis Ng Puso

Sinasabi sa Roma 2:28-29, *"Sapagkat ang isang tao ay hindi Judio sa panlabas lamang; ni ang pagtutuli ay hindi panlabas o sa laman. Kundi ang isang tao'y Judio sa kalooban; at ang pagtutuli yaong sa puso, sa espiritu at hindi sa titik; ang kanyang pagpupuri ay hindi mula sa mga tao, kundi mula sa Diyos."* Ang pagtutuli sa laman ay anino lamang, at ang ganap na larawan sa Bagong Tipan ay ang pagtutuli/paglilinis ng puso, at ito ang nagliligtas sa atin.

Sa panahon ng Lumang Tipan, hindi nila natanggap ang Banal na Espiritu, at hindi nila naiwaksi ang mga kasinungalingan sa kanilang puso. Kaya ipinakita nila na sila'y pag-aari ng Diyos sa pamamagitan ng pisikal na pagtutuli. Subalit sa panahon ng Bagong Tipan, kapag tinanggap natin si Jesu-Cristo, ang Banal na Espiritu ay papasok sa ating puso, at tutulong sa atin para mamuhay sa katotohanan, para maiwaksi natin ang lahat ng kasinungalingan sa puso.

Ang pagtutuli ng ating puso sa ganitong paraan ay pagsunod sa kautusan sa Lumang Tipan, para matuli sa pisikal na katawan. Ito ay paraan din upang mapanatili o masunod ang Paskuwa.

Tuliin ninyo ang inyong mga sarili para sa PANGINOON, at inyong alisin ang maruming balat ng inyong puso (Jeremias 4:4).

Ano ang ibig sabihin ng pag-alis ng balat sa puso? Ito ay ang pagsunod sa Salita ng Diyos na nagsasabi sa atin kung ano ang dapat at hindi dapat gawin, kung ano ang susundin o iwawaksing mga bagay.

Hindi lang ang mga bagay na ipinagbabawal ng Diyos ang iiwasan nating gawin katulad ng: "Huwag mapoot, huwag humusga o humatol, huwag magnakaw at huwag makiapid." Kundi dapat nating iwaksi o gawin kung ano ang sinasabi Niya, katulad ng: "Tanggalin ang lahat ng anyo ng kasamaan, sundin ang Sabbath at ang mga kautusan ng Diyos."

Gayundin, dapat nating sundin kung ano ang sinasabi Niya sa atin tulad ng "Ipangaral ang ebanghelyo, manalangin, magpatawad, magmahal, at iba pa." Sa pagtupad nito, naiwawaksi natin ang lahat ng mga kasinungalingan, kasamaan, kasalanan, paglabag sa batas at kadiliman sa puso upang maging malinis ito, at mapuno natin ng katotohanan.

Pagtutuli/Paglilinis Ng Puso At Ganap Na Kaligtasan

Sa panahon ni Moises, naitatag ang Paskuwa para sa mga Israelita upang maiwasan ang tiyak na kamatayan ng mga panganay na anak bago ang Exodo o paglabas. Pero hindi nangangahulugang ligtas na habang-buhay dahil nakibahagi sa kaligtasan.

Kung habang buhay ay nailigtas sila sa pamamagitan ng Paskuwa, ang lahat ng mga Israelita na umalis sa Ehipto ay nakapasok sana sa lupain na dinadaluyan ng gatas at pulot, ang Lupain ng Canaan.

Subalit sa totoo, ang mga matatanda ay hindi nagpakita ng pananampalataya at pagsunod, maliban kay Josue at Caleb, na mahigit 20 taong gulang noong panahon ng Exodo o paglabas. Sila ang henerasyon na nanatili sa ilang ng apatnapung taon at doon na rin namatay, nang hindi nakita ang pinagpalang lupain ng Canaan.

Katulad din sa kasalukuyang panahon. Kahit na tinanggap na natin si Jesu-Cristo, at naging anak tayo ng Diyos, hindi pa rin ito ganap at siguradong magpakailanman. Ang ibig sabihin lang nito ay nakapasok tayo sa hangganan ng kaligtasan.

Kaya, katulad ng apatnapung taon ng pagsubok na kailangan ng mga Israelita upang makapasok sa Lupain ng Canaan, para tumanggap ng ganap na kaligtasan, kailangan nating dumaan sa proseso ng pagtutuli/paglilinis sa pamamagitan ng salita ng Diyos.

Sa oras na tinanggap natin si Jesu-Cristo bilang ating personal na Tagapagligtas, tatanggapin natin ang Banal na Espiritu. Gayunman, ang 'pagtanggap sa Banal na Espiritu' ay hindi ibig sabihing ganap na malinis na tayo. Dapat na patuloy nating tinutuli/binabago ang ating puso hanggang marating natin ang ganap na kaligtasan. Sa pag-iingat lang ng ating puso, na pinagmumulan ng buhay, maaabot natin ang ganap na kaligtasan, sa pamamagitan ng pagtutuli/paglilinis ng puso.

Kahalagahan Ng Paglilinis Ng Puso

Maliban na lang kung lilinisin natin ang mga kasalanan at kasamaan sa pamamagitan ng salita ng Diyos at puputulin ito ng tabak ng Banal na Espiritu, tayo ay magiging banal na anak ng Diyos at mamumuhay nang malaya sa anumang mga sakuna.

Isa pang dahilan kung bakit kailangan nating linisin ang

ating puso ay upang makamtan ang tagumpay sa espirituwal na pakikibaka. Kahit hindi natin nakikita, may nagpapatuloy at mahigpitang labanan sa pagitan ng mabubuting espiritu na kabilang sa Diyos at masasamang espiritu.

Sabi sa Efeso 6:12, *"Sapagkat ang ating pakikipaglaban ay hindi laban sa laman at dugo, kundi laban sa mga pinuno, laban sa mga may kapangyarihan, laban sa mga kapangyarihang di nakikita na naghahari sa sanlibutan sa kadilimang ito, laban sa hukbong espirituwal ng kasamaan sa kalangitan."*

Upang magtagumpay sa labanang espirituwal, kailangan tayong magkaroon ng pusong tunay na malinis. Sapagkat sa espirituwal na mundo, ang kapangyarihan ay nasa pagiging walang bahid ng kasalanan. Ito ang dahilan kung bakit gusto ng Diyos ang malinis na puso at maraming ulit Niyang sinabi ang kahalagahan ng paglilinis.

> *Mga minamahal, kung tayo'y hindi hinahatulan ng ating puso, tayo ay may kapanatagan sa harapan ng Diyos; at anumang ating hingin ay tinatanggap natin mula sa Kanya, sapagkat tinutupad natin ang Kanyang mga utos at ginagawa natin ang mga bagay na kalugud-lugod sa Kanyang harapan (1 Juan 3:21-22).*

Para makatanggap tayo ng sagot sa mga problema sa buhay kagaya ng karamdaman at kahirapan, kailangan nating linisin ang ating puso. Kung malinis ang puso natin, buo ang loob natin sa harapan ng Diyos at tatanggap tayo ng mga bagay na hihilingin natin.

Paskuwa At Banal Na Hapunan

Gayon din, kapag tayo ay dumaan sa pagtutuli doon lang tayo makakabahagi sa Paskuwa. May kaugnayan ito sa Banal na Hapunan ngayon. Sa pista ng Paskuwa ay kumakain ng karne ng kordero at sa Banal na Hapunan ay kumakain ng tinapay at umiinom ng alak na simbulo ng laman at dugo ni Jesus.

Sinabi nga sa kanila ni Jesus, "Katotohanang sinasabi Ko sa inyo, malibang inyong kainin ang laman ng Anak ng Tao at inumin ang Kanyang dugo, wala kayong buhay sa inyong sarili. Ang kumakain ng Aking laman at umiinom ng Aking dugo ay may buhay na walang hanggan at siya'y muli Kong bubuhayin sa huling araw" (Juan 6:53-54).

Ang tinutukoy na 'Anak ng Tao' ay si Jesus, at ang laman ng Anak ng Tao ay ang animnapu't anim na aklat ng Biblia. Ang ibig sabihin ng pagkain ng laman ng Anak ng Tao ay pagtanggap ng ating kaluluwa ng salita ng Diyos, ang katotohanang nakasulat sa Biblia.

Gayon din naman, dahil kailangan natin ang tubig upang

matulungan tayong tunawin ang pagkain, kapag kumain tayo ng laman ng Anak ng Tao, kailangan din nating uminom upang ito'y matunaw nang mabuti.

Ibig sabihin ng 'inumin ang Kanyang dugo' ay totoong sumampalataya at isabuhay ang salita ng Diyos. Matapos marinig at maunawaan ang salita ng Diyos, kung hindi natin ito isasabuhay, mawawalan ito ng kabuluhan para sa atin.

Kapag nauunawaan na natin ang animnapu't anim na aklat ng Biblia at ipinapamuhay ito, kikilos ang katotohanan sa ating puso at makukuha ng katawan ang sustansya. At ang mga kasalanan at kasamaan ay parang basura na itatapon, magiging tao ng katotohanan tayo, at magkakaroon ng buhay na walang hanggan.

Halimbawa, kung gagamit tayo ng mga sangkap ng katotohanan na tinatawag na "pag-ibig" at isasabuhay ito, ang salitang ito ay makukuha ng katawan natin. Ang mga bagay na hindi naaayon dito tulad ng galit, inggit at pagseselos ay magiging basura at itatapon. Sa gayon magkakaroon tayo ng pusong dalisay sa pag-ibig.

At habang pinupuno natin ang ating puso ng kapayapaan at katuwiran, ang mga pag-aaway, pagtatalo, inggit, galit at kasamaan ay mawawala.

Mga Katangian Para Makasalo Sa Banal Na Hapunan

Sa panahon ng Exodo, ang mga tinuli lang ang karapat-dapat makisalo sa Paskuwa, para maiwasan ang kamatayan ng mga panganay. Katulad sa panahon ngayon, kapag tinanggap natin si Jesu-Cristo bilang Tagapagligtas at sumaatin ang Banal na Espiritu, tayo ay mamarkahan bilang mga anak ng Diyos at mayroon tayong karapatang makibahagi sa Banal na Hapunan.

Subalit ang Paskuwa ay para lang sa kaligtasan ng mga panganay. Kinailangan pa rin nilang maglakbay sa ilang para sa ganap na kaligtasan. Katulad natin, kahit na tinanggap na natin ang Banal na Espiritu at nakikisalo sa Banal na Hapunan, kailangan pa ring dumaan sa proseso para tumanggap ng walang hanggan kaligtasan. Dahil nasa pintuan na tayo ng kaligtasan nang tanggapin natin si Jesu-Cristo, kailangan nating sundin ang Salita ng Diyos sa ating buhay. Kailangan nating lumakad patungo sa pintuan ng kaharian ng langit at sa walang hanggang kaligtasan.

Kung nagkasala tayo, hindi tayo maaaring makibahagi sa Banal na Hapunan, ang kumain ng laman at uminom ng dugo ng banal na Panginoon. Kailangang saliksikin muna natin ang ating mga sarili, magsisi sa lahat ng mga kasalanan na ating ginawa, at linisin ang ating puso.

Kaya't ang sinumang kumain ng tinapay at uminom sa saro ng Panginoon sa paraang hindi nararapat, ay magkakasala sa katawan at dugo ng Panginoon. Siyasatin ninyo ang inyong sarili, at saka kumain ng tinapay at uminom sa saro. Sapagkat ang sinumang kumakain at umiinom na hindi kinikilala ang katawan ay kumakain at umiinom ng hatol sa kanyang sarili (1 Corinto 11:27-29).

Sinasabi ng iba na ang nabaustismuhan lang sa tubig ang maaaring makibahagi sa Banal na Hapunan. Pero nang tanggapin natin si Jesu-Cristo, tinanggap na natin ang Banal na Espiritu bilang kaloob. Lahat tayo'y nagkaroon ng karapatan na maging mga anak ng Diyos.

Kaya nga, kapag tinanggap na ang Banal na Espiritu at naging mga anak ng Diyos tayo, maaari na tayong makibahagi sa Banal na Hapunan matapos tayong magsisi sa ating mga kasalanan, kahit na hindi pa tayo nababautismuhan sa tubig.

Sa pamamagitan ng Banal na Hapunan, minsan pang inaalaala natin ang biyaya ng Panginoon na ipinako sa krus at nagbuhos ng dugo Niya para sa atin. Kailangan din nating tingnan ang ating mga sarili, at matutunan at isabuhay ang salita ng Diyos.

Sinasabi sa 1 Corinto 11:23-25, *"Sapagkat tinanggap ko sa Panginoon ang ibinigay ko naman sa inyo, na ang Panginoong Jesus nang gabing Siya'y ipagkanulo ay dumampot ng tinapay; at nang Siya'y makapagpasalamat, ito'y Kanyang pinagputol-putol at sinabi, 'Ito'y Aking katawan na pinagputol-putol para sa inyo. Gawin ninyo ito sa pag-aalaala sa Akin.' Sa gayunding paraan ay kinuha Niya ang saro, pagkatapos maghapunan, na sinasabi, 'Ang sarong ito'y ang siyang bagong tipan sa Aking dugo. Gawin ninyo ito tuwing kayo'y iinom nito, sa pag-aalaala sa Akin.'"*

Kaya nga, inuudyukan ko kayong unawain ang tunay na kahulugan ng Paskuwa at ng Banal na Hapunan at buong katapatang kumain ng laman at uminom ng dugo ng Panginoon upang maiwaksi ninyo ang lahat ng anyo ng kasamaan at mangyari ang ganap na paglilinis ng puso.

Kabanata 9

Ang Exodo At Ang Pista Ng Tinapay Na Walang Pampaalsa

Exodo 12:15-17

"Pitong araw na kakain kayo ng tinapay na walang pampaalsa. Sa unang araw ay inyong aalisin sa inyong mga bahay ang pampaalsa, sapagkat sinumang kumain ng tinapay na may pampaalsa mula sa unang araw hanggang sa ikapitong araw ay ititiwalag sa Israel. Sa unang araw ay magkakaroon kayo ng banal na pagtitipon. Walang anumang gawa na gagawin sa mga araw na iyon; ang nararapat lamang kainin ng bawat tao ang maaaring ihanda ninyo. Inyong ipapangilin ang Pista ng Tinapay na Walang Pampaalsa, sapagkat sa araw na ito ay kinuha Ko ang inyong mga hukbo mula sa lupain ng Ehipto. Inyong ipapangilin ang araw na ito sa buong panahon ng inyong mga salinlahi bilang isang tuntunin magpakailanman."

"Magpatawad tayo, pero huwag makalimot."

Ito ang mga salitang nakasulat sa pasukan ng Yad Vashem Holocaust Museum sa Jerusalem. Bilang pag-alaala ito sa anim na milyong Judio na pinatay ng mga Nazi noong Ikalawang Digmaang Pandaigdig, at para hindi na maulit ang pangyayari sa kasaysayan.

Ang kasaysayan ng Israel ay kasaysayan ng mga pag-aalaala. Sa Biblia, sinabi ng Diyos sa kanila na alalahanin ang nakaraan, tandaan ito, at ipagpatuloy hanggang sa mga susunod na henerasyon.

Pagkatapos na maligtas ang mga Israelita mula sa tiyak na kamatayan ng mga panganay sa pagsunod nila sa Paskuwa at makalabas sa Ehipto, sinabi ng Diyos na ipagdiwang ang Pista ng Tinapay na Walang Pampaalsa, para sa walang hanggang pag-aalaala sa araw na pinalaya sila mula sa pagkaalipin sa Ehipto.

Ang Espirituwal Na Kahulugan Ng Exodo

Ang araw ng Exodo ay hindi lang araw ng paglaya ng bayang Israel na natamo nila ilang libong taon na ang nakakalipas.

Ang 'Ehipto' kung saan namuhay ang mga Israelita sa pagkaalipin ay sumisimbolo sa 'mundong ito' na nasa kontrol ng kaaway na Satanas at diablo. Katulad ng pag-uusig at pagmamaltrato sa mga Israelita habang sila ay inaalipin ng Ehipto, ang mga tao ay nakakaranas ng mga pasakit at pighati na dulot ng kaaway na Satanas at diablo noong hindi pa nila alam ang tungkol sa Diyos.

Nang maranasan ng mga Israelita ang sampung salot sa Ehipto noong panahon ni Moises, nakilala nila ang Diyos. Sumunod sila kay Moises paglabas ng Ehipto patungong Lupang Pangako ng Canaan, na ipinangako ng Diyos sa kanilang ninunong si Abraham.

Katulad din nga mga tao sa kasalukuyang panahon na walang pagkaunawa sa Diyos, subalit tinanggap din si Jesu-Cristo.

Ang mga Israelitang nakalaya mula sa pagkaalipin sa Ehipto, ay maihahalintulad sa mga taong nakalaya sa pagkaalipin mula sa kaaway na si Satanas at diablo sa pagtanggap kay Jesu-Cristo at pagiging mga anak ng Diyos.

At ang paglalakbay ng mga Israelita papunta sa Lupain ng Canaan, na dinadaluyan ng gatas at pulot ay walang ipinagkaiba sa mga mananampalatayang naglalakbay sa kanilang pananampalataya patungo sa kaharian ng langit.

Ang Lupain Ng Canaan, Dinadaluyan Ng Gatas At Pulot

Sa pamamaraan ng Exodo, hindi tuwirang ginabayan ng Diyos ang mga Israelita patungo sa Lupain ng Canaan. Kailangan nilang maglakbay sa ilang sapagkat may isang malakas na bansa, ang Filisteo, na pinakamalapit na daan patungong

Canaan. Upang makadaan sa lupaing iyon, kailangan nilang makipaglaban sa malalakas na Filisteo. Batid ng Diyos na kung mangyayari ito, ang mga taong walang pananampalataya ay gugustuhing bumalik na lang sa Ehipto.

Kagaya rin naman ng mga taong katatanggap pa lang kay Jesu-Cristo, hindi kaagad nagiging ganap ang kanilang pananampalataya. Kaya kung haharap sila sa malaking pagsubok na kasing lakas ng bansang Filisteo, hindi nila ito malalampasan at kalaunan ay isusuko ang kanilang pananampalataya.

Ito ang dahilan kaya sinabi ng Diyos, *"Walang tuksong dumating sa inyo na hindi karaniwan sa tao, subalit tapat ang Diyos, na hindi Niya ipahihintulot na kayo'y tuksuhin ng higit sa inyong makakaya; kundi kalakip din ng tukso ay naglalaan din ng pag-iwas upang ito'y inyong makayang tiisin"* (1 Corinto 10:13).

Tulad ng mga Israelita na naglakbay sa ilang hanggang makarating sa Lupain ng Canaan, kahit na maging mga anak tayo ng Diyos, mahaba pa ang ating lalakbayin sa pananampalataya hanggang marating natin ang kaharian ng langit, ang Lupain ng Canaan.

Kahit na naging mahirap sa ilang, ang mga sumasampalataya ay hindi na bumalik sa Ehipto sapagkat nakatingin sila sa hinaharap, sa kalayaan, kapayapaan, at kasaganahan ng Lupain ng Canaan na hindi nila nalasap sa Ehipto. Katulad din ito sa kasalukuyang panahon.

Kahit na minsan kailangan nating maglakbay sa makipot at mahirap na daan, naniniwala tayo sa magandang kaluwalhatian ng kaharian ng langit. Kaya hindi natin itinuturing na mahirap ang takbuhin ng pananampalataya, kundi napagtatagumpayan ang lahat sa tulong at kapangyarihan ng Diyos.

At sa wakas, nagsimula nang maglakbay ang bayan ng Israel patungo sa Lupain ng Canaan, ang lupaing umaagos sa gatas at pulot. Iniwan na nila ang mga lupain kung saan sila nanirahan ng mahigit 400 taon at sinimulan ang paglalakbay na may pananampalataya sa pangunguna ni Moises.

May mga taong may dala-dalang mga baka, ang iba naman ay may dalang mga damit, pilak at ginto na natanggap nila mula sa mga taga-Ehipto. May mga nagbaon ng tinapay na walang pampaalsa habang ang iba naman ay nag-aalaga ng mga bata at matatanda. Walang katapusan ang mga Israelitang nagmamadaling makaalis.

Ang mga anak ni Israel ay naglakbay mula sa Rameses hanggang Sucot, na may animnaraang libong lalaki na naglalakad, bukod pa sa mga babae at mga bata. Iba't ibang lahi, mga kawan, mga baka, napakaraming hayop ang umahon ding kasama nila. Niluto nila ang mga tinapay na walang pampaalsa mula sa minasang harina na kanilang dinala mula sa Ehipto. Ito ay hindi nilagyan ng pampaalsa, sapagkat sila'y itinaboy at hindi na makapaghintay pa o makapaghanda man ng anumang pagkain para sa kanilang sarili (Exodo 12:37-39).

Noong araw na iyon, napuspos ng kalayaan, pag-asa at kaligtasan ang kanilang puso. At para ipagdiwang ang araw na iyon, ipinag-utos ng Diyos na alalahanin nila ang Pista ng Tinapay na Walang Pampaalsa hanggang sa mga susunod na henerasyon.

Pista Ng Tinapay Na Walang Pampaalsa

Sa kasalukuyang panahon, ipinagdiriwang nating mga Cristiano ang Linggo ng Pagkabuhay sa halip na Pista ng Tinapay na Walang Pampaalsa. Ang Linggo ng Pagkabuhay ay pagpapasalamat sa Diyos sa kapatawaran ng lahat ng ating mga kasalanan sa pamamagitan ng pagkakapako ni Jesus sa krus. Gayundin, ipinagdiriwang natin ito dahil naging posible para sa atin na makaalis mula sa kadiliman at mapunta sa liwanag sa pamamagitan ng kanyang pagkabuhay na muli.

Ang Pista ng Tinapay na Walang Pampaalsa ay isa sa tatlong pangunahing Pista sa Israel. Ginagawa ito bilang pag-alaala sa katotohanang nakalabas sila sa Ehipto sa pamamagitan ng kamay ng Diyos. Simula sa gabi ng Paskuwa, kumakain sila ng tinapay na walang pampaalsa sa loob ng pitong araw.

Kahit na si Faraon at ang mga Ehipcio ay dumanas ng maraming salot, hindi nagbago ang isip niya. Sa bandang huli, dinanas nila ang kamatayan ng mga panganay at si Faraon mismo ay nawalan ng panganay na anak. Agad niyang ipinatawag si Moises at Aaron at sinabihang umalis na kaagad sa Ehipto. Kaya nawalan na sila ng panahon para lagyan ng pampaalsa ang tinapay. Ito ang dahilan kung bakit kailangan nilang kainin ang tinapay na walang pampaalsa.

At pinahintulutan sila ng Diyos na kainin ang tinapay na walang pampaalsa para maalaala nila ang lahat ng kanilang paghihirap at magpasalamat sila sa Diyos sa pagpapalaya sa kanila mula sa pagkaalipin.

Ang Paskuwa ay pista ng pag-alaala sa pagkakaligtas sa kamatayan ng mga panganay. Kumakain sila ng tupa, mapapait na halaman, at tinapay na walang pampaalsa. Ang Pista ng Tinapay na Walang Pampaalsa ay pag-alaala sa katotohanang kumain sila nito sa ilang sa loob ng isang linggo pagkatapos ng kanilang madaliang pag-alis sa Ehipto

Sa ngayon, ipinagdiriwang ng mga taga-Israel sa loob ng isang linggo ang Paskuwa kasama na ang Pista ng Tinapay na Walang Pampaalsa.

Huwag kang kakain ng tinapay na may pampaalsa. Pitong araw na kakainin mo sa Paskuwa ang tinapay na walang pampaalsa, ang tinapay ng kahirapan; sapagkat umalis kang nagmamadali sa lupain ng Ehipto, upang iyong maalaala ang araw nang umalis ka sa lupain ng Ehipto sa lahat ng mga araw sa iyong buhay (Deuteronomio 16:3).

Ang Espirituwal Na Kahulugan Ng Pista Ng Tinapay Na Walang Pampaalsa

Pitong araw na kakain kayo ng tinapay na walang pampaalsa. Sa unang araw ay inyong aalisin sa inyong mga bahay ang pampaalsa, sapagkat sinumang kumain ng tinapay na may pampaalsa, mula sa unang araw hanggang sa ikapitong araw ay ititiwalag sa Israel (Exodo 12:15).

Tinutukoy dito ang 'unang araw' bilang araw ng kaligtasan. Pagkatapos silang maligtas mula sa kamatayan ng mga panganay at makaalis sa Ehipto, kailangan nilang kumain ng tinapay na walang pampaalsa sa loob ng pitong araw. Sa ganoon ding paraan, pagkatapos nating tanggapin si Jesu-Cristo at ang Banal na Espiritu, kailangan tayong espirituwal na kumain ng tinapay na walang pampaalsa upang maabot ang ganap na kaligtasan.

Ang espirituwal na kahulugan ng pagkain ng tinapay na walang pampaalsa ay ang pagtalikod sa mundo at paglakad sa makipot na daan. Pagkatapos nating tanggapin si Jesu-Cristo, kailangan nating magpakababa at lumakad sa makipot na daan hanggang sa marating natin ang ganap na kaligtasan na may mapagkumbabang puso.

Ang pagkain ng tinapay na may pampaalsa sa halip na walang pampaalsa ay ang paglakad sa maluwang at madaling daan, pag-aasam ng mga bagay na walang kabuluhan hanggang sa gusto. Malinaw na ang taong ganito ay hindi makakatanggap ng kaligtasan. Kaya nga sinabi ng Diyos na ang mga kumakain ng may pampaalsa ay ititiwalag ng Israel.

Kaya ano ngayon ang mga aral na itinuturo sa atin ng Pista ng Tinapay na Walang Pampaalsa?

Una, kailangan natin na palaging alalahanin at ipagpasalamat ang pag-ibig ng Diyos at ang biyaya ng kaligtasan na malaya nating natanggap nang tubusin tayo ni Jesu-Cristo.

Inaalaala ng mga Israelita ang panahong alipin pa sila sa Ehipto sa pamamagitan ng pagkain ng tinapay na walang pampaalsa sa loob ng pitong araw at nagpapasalamat sa Diyos sa pagliligtas sa kanila. Gayundin naman, tayong mga mananampalataya, na espirituwal na Israelita ay dapat na alalahanin ang biyaya at pag-ibig ng Diyos na gumabay sa atin sa daan ng buhay na walang hanggan, at magpasalamat sa lahat ng bagay.

Kailangan nating alalahanin ang araw nang makilala at maranasan natin ang Diyos at ang araw nang tayo'y ipanganak na muli sa tubig at sa Espiritu; at magpasalamat sa biyaya Niya para sa atin. Katulad ito ng malalimang pag-alaala sa espirituwal na diwa ng Pista ng Tinapay na Walang Pampaalsa. Ang may mabuting kalooban ay hindi makakalimot sa anumang biyaya na kanilang tinanggap mula sa Panginoon. Ito ay katungkulan ng tao at mabuting gawain ng may magandang kalooban.

Sa may mabuting kalooban, kahit gaano pa kahirap ang kinakaharap na sitwasyon, hindi natin malilimutan ang pag-ibig at biyaya ng Diyos, kundi magpapasalamat tayo sa Kanyang biyaya at magagalak palagi.

Ganito ang nangyari kay Habakuk sa panahon ng paghahari ni Haring Josias, noong mga 600 BC.

Bagamat ang puno ng igos ay hindi namumulaklak, ni magkakaroon man ng bunga sa mga puno ng ubas; ang olibo ay hindi magbubunga, at ang mga bukid ay hindi magbibigay ng pagkain; ang kawan ay aalisin sa kulungan, at hindi na magkakaroon ng bakahan sa mga silungan, gayunma'y magagalak ako sa PANGINOON, ako'y magagalak sa Diyos ng aking kaligtasan (Habakuk 3:17-18).

Kailangang humarap sa panganib ang bayan niya mula sa mga Caldeo (taga – Babilonia), at nakita ni propeta Habakuk ang pagbagsak ng kanyang bayan. Sa halip na manlumo, nagpuri at nagpasalamat siya sa Diyos.

Gayundin naman, anuman ang ating kalagayan o kondisyon sa buhay, ang katotohanang tayo'y naligtas sa biyaya ng Diyos nang walang anumang kabayaran ay magpapasalamat na tayo mula sa kaibuturan ng ating puso.

Pangalawa, hindi na tayo dapat nagpapatuloy sa pananampalatayang walang buhay o bumalik sa dating paraan

ng pamumuhay o buhay ng Cristianong walang paglago o pagbabago.

Ang pananatili sa walang siglang buhay-Cristiano ay buhay na walang pagbabago. Ito ay hindi aktibo, walang anumang nangyayari. Ibig sabihin, maligamgam ang pananampalataya, nakagawian na lang ang pamumuhay. Pakitang-tao lang ang pananalig, hindi man lang nililinis ang puso.

Kung nanlalamig tayo, maaari tayong maparusahan ng Diyos para tayo magbago at manumbalik. Subalit kung maligamgam tayo, nakikiayon tayo sa mundo at hindi nagsisikap iwaksi ang mga kasalanan. Hindi natin sasadyain at iiwan ang Diyos ng lubusan sapagkat tinanggap na natin ang Banal na Espiritu at alam na alam nating may langit at impiyerno.

Kung nakakaramdam tayo ng mga pagkukulang sa sarili natin, idadalangin natin ito sa Diyos. Subalit ang taong maligamgam ay hindi nagpapakita ng anumang kasiglahan. Bale 'pumapasok lang sa loob ng simbahan.'

Maaaring magdusa sila at makadama ng paghihirap at pagkabalisa, subalit pagkalipas ng mga araw, kahit ang ganitong pakiramdam ay mawawala na rin.

"Kaya dahil ikaw ay maluhininga (maligamgam), at hindi mainit o malamig man, ay isusuka kita mula sa Aking bibig!" (Pahayag 3:16). Katulad ng nasabi na, hindi sila maliligtas. Kaya inuudyukan tayo ng Diyos na alalahanin ang iba't ibang pagdiriwang sa pana-panahon para masuri ang ating

pananampalataya at para maabot natin ang kasukdulan ng paglago at maging ganap ang antas ng pananampalataya.

Pangatlo, kailangan nating ingatan ang biyaya ng unang pag-ibig. Kung nawala natin ito, isipin natin kung saan tayo nadapa, magsisi tayo, at ibalik agad ang unang mga ginawa.

Ang sinumang tumanggap sa Panginoong Jesus ay makakaranas ng biyaya ng unang pag-ibig. Ang biyaya at pag-ibig ng Diyos ay tunay na dakila, ang bawat araw sa buhay ay may galak at ligaya mismo.

Katulad ng inaasahan ng mga magulang na umunlad ang kanilang mga anak, ganoon din ang Diyos na umaasang magkakaroon ng matatag na pananampalataya ang Kanyang mga anak at lalong tataas ang sukat ng pananampalataya. Subalit kung mawawala natin ang biyaya ng unang pag-ibig, maaaring mawala ang kasiglahan at pag-ibig. Kahit na tayo nananalangin, baka ginagawa lang natin ito dahil sa tawag ng tungkulin.

Hanggang sa maabot natin ang buo, kumpleto at puspos na antas ng kabanalan, kung ibinigay natin kay Satanas ang ating puso, mawawala ang ating unang pag-ibig anumang oras. Kaya kung maiwawala natin ang biyaya ng init ng unang pag-ibig, kailangan nating hanapin ang dahilan, magsisi kaagad at talikuran ito.

Maraming tao ang nagsasabi na ang buhay-Cristiano ay napakakipot at napakahirap na daan, pero sinasabi sa Deuteronomio 30:11, *"Sapagkat ang utos na ito na Aking iniuutos sa iyo sa araw na ito ay hindi napakabigat para sa iyo, ni malayo."* Kung mauunawaan natin ang tunay na pag-ibig ng Diyos, ang paglalakbay ng buhay sa pananampalataya ay hindi mahirap. Dahil ang kasalukuyang mga paghihirap ay hindi maikukumpara sa kaluwalhatian na ibibigay sa atin sa hinaharap. Isipin lang natin ang kaluwalhatiang iyon, magiging masaya na tayo.

Kaya bilang mga mananampalataya na nabubuhay sa mga huling araw, dapat tayong sumunod palagi sa salita ng Diyos at mamuhay sa liwanag. Kapag ang makipot na daan ng pananampalataya ang nilakaran natin at hindi ang maluwag na daan ng sanlibutan, makakapasok tayo sa Lupain ng Canaan kung saan umaagos ang gatas at pulot.

Bibigyan tayo ng Diyos ng biyaya ng kaligtasan at kagalakan ng unang pag-ibig. Pagpapalain Niya tayo upang matupad ang kabanalan at sa pamamagitan ng paglalakbay sa ating pananampalataya, loloobin Niyang makamtan natin ang walang hanggang kaharian sa pamamagitan ng Kanyang kapangyarihan.

Kabanata 10

Ang Buhay Ng Pagsunod At Mga Pagpapala

Deuteronomio 28:1-6

"Kung susundin mo ang tinig ng PANGINOON mong Diyos at maingat mong gagawin ang lahat ng Kanyang mga utos na aking iniuutos sa iyo sa araw na ito, itataas ka ng PANGINOON mong Diyos sa lahat ng mga bansa sa lupa; at ang lahat ng pagpapalang ito ay darating sa iyo at aabot sa iyo, kung iyong susundin ang tinig ng PANGINOON mong Diyos. Magiging mapalad ka sa lunsod, at magiging mapalad ka sa parang. Magiging mapalad ang bunga ng iyong katawan, ang bunga ng iyong lupa, ang bunga ng iyong mga hayop, ang karagdagan ng iyong bakahan at ang mga anak ng iyong kawan. Magiging mapalad ang iyong buslo at ang iyong masahan ng harina. Magiging mapalad ka sa iyong pagpasok at magiging mapalad ka sa iyong paglabas."

Ang kasaysayan ng Israel sa Exodo ay may mahahalagang aral para sa atin. Gaya ng mga salot na dumating kay Faraon at sa Ehipto dahil sa kanilang pagsuway, sa paglalakbay patungo sa Lupain ng Canaan ng bayang Israel, dumanas sila ng pagsubok at pagkabigong maging masagana dahil hindi nila sinunod ang kalooban ng Diyos.

Iniligtas sila mula sa salot ng kamatayan ng mga panganay sa pamamagitan ng Paskuwa. Subalit nang walang mainom na tubig at pagkaing makakain habang patungo sa Canaan, nagsimula na silang magreklamo.

Gumawa sila ng gintong guya at sinamba ito, at nagdala ng hindi magandang balita tungkol sa Lupang Pangako; at nilabanan pa si Moises. Nangyari ito dahil wala silang pananampalataya habang patungo sa Canaan.

Ang naging resulta, ang unang henerasyon na naglakbay maliban kay Josue at Caleb ay namatay sa ilang. Tanging si Josue at Caleb ang naniwala sa pangako ng Diyos at sumunod sa Kanya, kaya nakapasok sila sa Lupain ng Canaan kasama ng ikalawang henerasyon ng Exodo.

Ang Pagpapala Sa Pagpasok Sa Lupain Ng Canaan

Dahil ang unang henerasyon ng paglalakbay ay bahagi ng mga henerasyon na ipinanganak at lumaki sa kultura ng Gentil sa Ehipto sa loob ng 400 taon, nawala na halos ang kanilang pananampalataya sa Diyos. At maraming kasamaan ang itinanim ng diablo sa kanilang puso habang dumaranas sila ng pag-uusig at kahirapan.

Subalit ang ikalawang henerasyon ng mga Israelita ay naturuan ng salita ng Diyos mula sa kanilang pagkabata. Dahil nasaksihan nila ang makapangyarihang mga gawa ng Diyos, ibang-iba sila sa henerasyon ng kanilang mga magulang.

Naunawaan nila kung bakit ang kanilang mga magulang sa unang henerasyon ay hindi nakarating sa Lupain ng Canaan kundi nanatili sa ilang ng 40 taon. Handang-handa na silang sumunod sa Diyos at sa kanilang tagapanguna na may tunay na pananampalataya.

Hindi katulad ng kanilang mga magulang na patuloy na nagreklamo kahit na naranasan na nila ang pagkilos ng Diyos, nangako silang totoong susunod. Ipinahayag nilang susunod sila ng husto kay Josue na siyang humalili kay Moises ayon sa plano ng Diyos.

Kung paanong pinakinggan namin si Moises sa lahat ng mga bagay, ay gayon ka namin papakinggan. Sumainyo nawa ang PANGINOON mong Diyos na gaya kay Moises. Sinumang maghihimagsik laban sa iyong utos, at hindi makikinig sa iyong mga salita sa lahat ng iyong iniuutos sa kanya ay ipapapatay; magpakalakas ka lamang at magpakatapang na mabuti (Josue 1:17-18).

Ang 40 taon sa ilang kung saan nagpaikot-ikot ang mga Israelita ay hindi lang panahon ng kaparusahan. Panahon ito ng espirituwal na pagsasanay para sa ikalawang henerasyon ng Exodo na papasok sa Lupain ng Canaan. Bago ibigay ng Diyos ang mga pagpapala sa atin, niloloob Niya ang iba't ibang uri ng espirituwal na pagsasanay upang magkaroon tayo ng espirituwal na pananampalataya. Dahil kung wala tayo nito, hindi natin makakamtan ang kaligtasan at hindi tayo makakapasok sa kaharian ng langit.

At kung bibigyan tayo ng Diyos ng mga pagpapala bago tayo magkaroon ng espirituwal na pananampalataya, malamang na magbalik tayo sa sanlibutan. Kaya nagpapakita ang Diyos sa atin ng kamangha-manghang mga gawa ng Kanyang kapangyarihan, at kung minsan ay nagpaparanas ng matitinding pagsubok para lumago ang ating pananampalataya.

Ang unang hadlang sa pagsunod ng ikalawang henerasyon ay ang Ilog ng Jordan. Ang Ilog ng Jordan ay dumadaloy sa pagitan ng kapatagan ng Moab at ng Lupain ng Canaan, noong panahong iyon. Napakalakas ng daloy nito at kadalasan ay bumabaha sa mga pampang nito.

Ano ang sinabi ng Diyos? Sinabi Niya sa mga pari na buhatin ang Kaban ng Tipan at manguna sa paghakbang sa ilog. Nang marinig ng mga tao ang kalooban ng Diyos sa pamamagitan ni Josue, naglakad sila patungong Ilog ng Jordan ng walang pag-aalinlangan, sa pangunguna ng mga pari.

Sapagkat naniwala sila Diyos na nakakaalam at

makapangyarihan sa lahat, nakakasunod sila nang walang anumang pag-aalinlangan o reklamo. At ang resulta, nang sumayad sa tubig ang paa ng mga paring may dala ng Kaban, tumigil ang pag-agos ng ilog, at nakatawid sila na parang tuyo ang lupa.

At winasak nila ang lunsod ng Jerico na sinasabing muog na hindi natitinag. Hindi katulad sa panahon ngayon, wala silang malalakas na armas kaya't halos imposibleng mawasak ang mga pader na doble ang kapal.

Kahit na pinagsama-sama ang kanilang lakas, napakahirap pa ring buwagin nito. Pero sinabi lang ng Diyos na magmartsa ng paikot-ikot sa lunsod isang beses sa isang araw sa loob ng anim na araw, at sa ikapitong araw ay dapat silang bumangon ng maaga at pitong beses na magmartsa sa paligid at pagkatapos ay sumigaw ng napakalakas.

Sa sitwasyong ang mga kalabang hukbo ay nasa itaas ng mga pader, ang ikalawang henerasyon ng Exodo ay nagsimulang magmartsa sa paligid ng lunsod ng walang pag-aalinlangan.

Posibleng pinatamaan sila ng napakaraming pana o kaya ay nilusob sila ng buong puwersa. Pero sa mapanganib na sitwasyong ganoon, sumunod sila sa salita ng Diyos at nagmartsa sa paligid ng lunsod. Kahit na ang napakatibay na mga pader ay nabuwag nang ang bayan ng Israel ay sumunod sa salita ng Diyos.

Tatanggap Ng Mga Pagpapala Sa Pamamagitan Ng Pagsunod

Malalampasan ng pagsunod ang anumang uri ng sitwasyon. Ito ang paraan upang maibaba sa lupa ang kamangha-manghang kapangyarihan ng Diyos. Sa pananaw ng tao, iniisip natin na imposibleng makasunod tayo sa isang utos. Subalit sa paningin ng Diyos, walang bagay na hindi natin kayang sundin, dahil Siya ay makapangyarihan sa lahat.

Para maipakita ang ganitong uri ng pagsunod, katulad ng pagiihaw ng tupa sa apoy, kailangang pakinggan at unawaing mabuti ang salita ng Diyos sa pamamagitan ng paggabay ng Banal na Espiritu.

Gayundin, katulad ng paggunita ng mga Israelita sa Paskuwa at sa Pista ng Tinapay na Walang Pampaalsa sa sunod-sunod na mga henerasyon, dapat din nating tandaan palagi ang salita ng Diyos at itanim ito sa ating isipan. Dapat tayong magpatuloy sa paglilinis ng ating puso sa pamamagitan ng salita ng Diyos, at iwaksi ang mga kasalanan at kasamaan bilang pasasalamat natin sa biyaya ng kaligtasan.

Sa pamamagitan lang nito tayo mabibigyan ng tunay na pananampalataya at makapagpapakita ng tunay na pagsunod.

May mga bagay na maaaring hindi natin masunod kung ang iisipin natin ay mga teorya, kaalaman, o sintido-kumon o "common sense." Subalit ang kalooban ng Diyos para sa atin ay magpatuloy na sumunod. Kapag nagpapakita tayo ng ganitong uri ng pagsunod, magpapakita ang Diyos ng kamanghamanghang pagkilos at dakilang mga pagpapala.

Sa Biblia, maraming tao ang nakatanggap ng kamanghamanghang mga pagpapala dahil sa kanilang pagsunod. Sina Daniel at Jose ay tumanggap ng mga pagpapala dahil mayroon silang matibay na pananampalataya sa Diyos, hanggang kamatayan, sumunod pa rin sila sa salita Niya. At sa buhay ni Abraham, ang Ama ng pananampalataya, makikita natin kung gaano Siya nalulugod sa mga sumusunod.

Ang Mga Pagpapalang Ipinagkaloob Kay Abraham

Sinabi ng PANGINOON kay Abram, "Umalis ka sa iyong lupain, sa iyong mga kamag-anak, sa bahay ng iyong ama, at pumunta ka sa lupaing ituturo Ko sa iyo. Gagawin kitang isang malaking bansa, ikaw ay Aking pagpapalain, gagawin Kong dakila ang iyong pangalan, at ikaw ay magiging isang pagpapala" (Genesis 12:1-2).

Noong panahong iyon, si Abraham ay 75 taong gulang na, hindi na siya bata. Sa katunayan, hindi naging madali para sa kanya na umalis sa kanyang bayan at iwanan ang kanyang mga kamag-anak, lalo na't wala siyang mga anak na tagapagmana. Hindi nagbigay ang Diyos ng tiyak na lugar na pupuntahan

Ang Buhay Ng Pagsunod At Mga Pagpapala · 163

niya. Basta nag-utos ang Diyos na umalis siya. Kung isipan lang ng tao ang paiiralin, napakahirap sumunod. Kailangan niyang iwanan ang lahat ng kanyang mga ari-arian doon at pumunta sa lugar na hindi pamilyar sa kanya.

Hindi madaling iwanan ang lahat ng pag-aari natin at pumunta sa bagong lugar kahit pa nga may tiyak na magandang kinabukasan. Ilang tao kaya ang mag-iiwan sa lahat ng kanilang kayamanan ngayon, patungo sa kinabukasang walang katiyakan? Subalit si Abraham ay sumunod nga.

May isa pang pagkakataon na lalong nagniningning ang pagiging masunurin ni Abraham. Para maging perpekto ang pagsunod niya, niloob ng Diyos na subukin siya para pagkalooban ng mga pagpapala.

Inutusan siyang ihandog ang nag-iisang anak na si Isaac na napakamahal niya. Mas higit pa itong mahalaga kaysa sa kanyang sarili, pero sumunod siya nang walang pag-aalinlangan.

Pagkatapos siyang kausapin ng Diyos, mababasa natin sa Genesis 22:3 na kinabukasan, maaga siyang gumising at naghanda ng mga bagay sa gagawing paghahandog sa Diyos, at siya'y pumunta sa lugar na sinabi ng Diyos sa kanya.

Sa pagkakataong ito, higit na mas mataas ang antas ng pagsunod niya kaysa noong iwanan niya ang kanyang bayan at tahanan ng kanyang ama. Noon, sumunod lang siya kahit hindi pa niya alam ang kalooban ng Diyos. Pero nang sabihin ng Diyos na ihandog niya ang kanyang anak na si Isaac, naunawaan niya ang puso ng Diyos at sumunod sa Kanyang kalooban. Nakatala sa Hebreo 11:17-19 kung paano siya naniwala na kahit na ialay niya ang anak bilang susunuging handog, bubuhayin ito ng Diyos, sapagkat ito ang binhi ng pangako ng Diyos.

Nagalak ang Diyos sa pananampalatayang ito ni Abraham at Siya mismo ang naghanda ng ihahandog. Pagkatapos na malampasan ni Abraham ang pagsubok, tinawag siya ng Diyos na kaibigan at binigyan siya ng higit pang pagpapala.

Kahit sa kasalukuyan, kakaunti ang tubig sa buong bayan ng Israel. Mas mahirap pa noon sa Lupain ng Canaan. Pero kahit saang lugar magpunta si Abraham, ang tubig ay laging sagana. At kahit ang pamangkin niyang si Lot na kasa-kasama niya ay tumanggap din ng ganoong pagpapala.

Maraming pag-aaring baka, pilak, at ginto si Abraham; totoong napakayaman niya. Nang nabihag si Lot, kumuha si Abraham ng tatlong daan at labingwalong tauhan na lumaki sa kanyang tahanan para magligtas kay Lot. Sa ganitong pangyayari, makikita natin kung gaano siya kayaman.

Sinunod ni Abraham ang salita ng Diyos. Ang lupain at ang lahat ng mga nakapaligid sa kanya ay tumanggap din ng mga pagpapala, pati ang lahat ng taong kasama niya.

Sa pamamagitan ni Abraham, ang kanyang anak na si Isaac ay tumanggap din ng pagpapala, ganoon din ang kanyang napakaraming inapo, kaya dumating sa punto na pwede na silang maging isang bansa. Bukod pa riyan, sinabi ng Diyos sa kanya na pagpapalain ang sinumang magpapala sa kanya, at susumpain ang mga taong susumpa sa kanya. Napakataas ng paggalang sa kanya kaya kahit ang mga hari sa karatig bansa ay pinarangalan siya.

Tumanggap si Abraham ng lahat ng uri ng pagpapala na maaaring makamtan ng isang tao dito sa mundo. Tulad ng kayamanan, kasikatan, kapangyarihan, kalusugan at mga anak. Kagaya ng nasusulat sa Deuteronomio 28, tumanggap siya ng mga pagpapala sa kanyang pagpasok at sa kanyang paglabas. Naging bukal siya ng pagpapala at ama ng pananampalataya. Higit sa lahat, malalim ang pagkaunawa niya sa puso ng Diyos at naibahagi sa kanya ng Diyos ang Kanyang puso bilang kaibigan. Kamangha-manghang pagpapala ang ganito!

Dahil ang Diyos ay pag-ibig, nais Niyang ang bawat tao ay maging katulad ni Abraham at maabot ang mapalad at maluwalhating kalagayan. Kaya niloob ng Diyos na maitala ang detalyadong kasaysayan ni Abraham. Ang sinumang tutulad sa kanyang halimbawa at susunod sa salita ng Diyos ay tatanggap ng ganoon ding mga pagpapala sa kanyang pagpasok at sa kanyang paglabas katulad ni Abraham.

Ang Pag-ibig At Katarungan Ng Diyos Na Nagnanais Na Pagpalain Tayo

Magpahanggang ngayon, tinitingnan natin ang Sampung Salot na sumalanta noon sa Ehipto at ang Paskuwa na naging daan ng kaligtasan ng mga Israelita. Sa pamamagitan nito, nauunawaan natin kung bakit may mga kalamidad, kung paano natin ito maiiwasan at kung paano tayo maliligtas.

Kung nagdurusa tayo sa mga problema o mga karamdaman, dapat nating malaman na ang pinagmulan nito ay ang ating mga kasamaan. Kaya dapat nating tingnan kaagad ang ating mga sarili, magsisi at iwaksi ang lahat ng uri ng kasamaan. At sa pamamagitan ni Abraham, mauunawaan natin kung anong uri ng mga kamangha-mangha at hindi sukat maisip na mga pagpapala ng Diyos ang ibinibigay sa mga sumusunod sa Kanya.

May mga dahilan ang lahat ng kalamidad. Iba-iba ang magiging resulta ayon sa pagkaunawa natin sa ating puso, pagtalikod sa kasalanan at kasamaan, at pagbabago ng ating sarili. May mga taong magbabayad sa kanilang mga ginawang kamalian, may iba namang susuriin ang kadiliman o kasamaan sa kanilang puso sa pamamagitan ng pagdurusa, at sasamantalahin ang pagkakataon na mabago ang kanilang sarili.

Sa Deuteronomio 28, makikita natin ang mga paghahambing ng mga pagpapala at mga sumpa na darating sa atin, sa pagsunod at sa pagsuway sa salita ng Diyos.

Nais ng Diyos na bigyan tayo ng mga pagpapala, subalit sinasabi sa Deuteronomio 11:26, *"Inilalagay ko sa harapan ninyo sa araw na ito, ang pagpapala at ang sumpa,"* nasa atin ang pagpili. Kung magtatanim tayo ng binhi ng sitaw, sitaw ang tutubo. Gayon din naman, magdurusa tayo sa mga sakuna na dala ni Satanas bilang resulta ng ating mga kasalanan. Sa ganitong sitwasyon, niloloob ng Diyos na mangyari ang mga sakuna ng naaayon sa Kanyang katarungan.

Nais ng mga magulang na maging maayos ang buhay ng mga anak, kaya sinasabi nila, "Mag-aral mabuti," "Mamuhay ng tama," "Sumunod sa lahat ng batas trapiko," at iba pa. Sa ganito ring plano, ibinigay ng Diyos ang kanyang mga utos at nais Niyang sundin natin ito. Ayaw ng mga magulang na suwayin sila ng kanilang mga anak at masadlak ang mga ito sa kahirapan at pagkawasak. Gayundin, hindi kailanman niloob ng Diyos na tayo ay magdusa sa mga problema.

Idinadalangin ko sa pangalan ng Panginoong Jesu-Cristo na maunawaan ninyo na ang kalooban ng Diyos para sa Kanyang mga anak ay hindi kalamidad kundi pagpapala. At sa pamamagitan ng buhay ng pagsunod, tatanggap kayo ng mga pagpapala kapag kayo ay pumapasok at lumalabas, at ang lahat ng bagay ay magiging maayos para sa inyo.

Ang May-Akda:
Dr. Jaerock Lee

Si Dr. Jaerock Lee ay ipinanganak noong 1943, sa Muan, sa probinsya ng Jeonnam sa Republika ng Korea. Noong mga dalawampung taong gulang siya, nakaranas siya ng iba't ibang uri ng sakit na wala nang lunas sa loob ng pitong taon. Naghintay na lang siya ng kanyang kamatayan dahil wala nang pag-asang gumaling pa. Isang araw, noong tagsibol ng 1974, isinama siya sa isang simbahan ng kanyang kapatid na babae. Nang lumuhod siya para manalangin, pinagaling kaagad siya ng Diyos na Buhay sa lahat ng sakit niya.

Noong sandaling makilala ni Dr. Lee ang Diyos na Buhay dahil sa kamangha-manghang karanasang iyon, minahal na niya ang Diyos ng buong puso at katapatan. Noong 1978, tinawag siya bilang lingkod ng Diyos. Taimtim siyang nanalangin at nag-ayuno ng kung ilang beses para maunawaan niya nang lubos ang kalooban ng Diyos, magampanan ito at masunod ang Salita ng Diyos. Noong 1982, itinatag niya ang Manmin Central Church sa Seoul, Korea, at nangyayari doon ang hindi mabilang na mga gawa ng Diyos, pati na ang mahimalang pagpapagaling at mga kababalaghan.

Naordinahan siya bilang pastor sa Annual Assembly of Jesus' Sungkyul Church of Korea noong 1986. Pagkaraan ng apat na taon, noong 1990, nagsimulang isahimpapawid ng Far East Broadcasting Company, Asia Broadcast Station, at Washington Christian Radio System ang kanyang mga sermon sa Australia, Russia, at Philippines. Sa loob ng maikling panahon, marami pang mga bansa ang naabot.

Pagkalipas ng tatlong taon (1993), nahirang ang Manmin Central Church bilang isa sa nangungunang limampung simbahan sa mundo (World's Top 50 Churches) ng *Christian World* Magazine (US), at tumanggap siya ng Honorary Doctorate of Divinity mula sa Christian Faith College sa Florida, USA. Noong 1996, ginawaran siya ng Ph. D. in Ministry ng Kingsway Theological Seminary, sa Iowa, USA.

Simula noong 1993, nangunguna na si Dr. Lee sa mga pandaigdigang ebanghelyo sa mga krusada sa ibang bansa tulad ng Tanzania, Argentina, sa Estados Unidos (sa lungsod ng L.A., Baltimore, Hawaii at New York), Uganda, Japan, Pakistan, Kenya, Philippines, Honduras, India, Russia, Germany, Peru, Democratic Republic of the Congo, Israel at Estonia.

Taong 2002 nang kilanlanin siyang "worldwide revivalist" ng malalaking pahayagang Cristiano sa Korea dahil sa kanyang makapangyarihang ministeryo sa iba't ibang krusada sa labas ng Korea. Kabilang dito ang 'New York Crusade 2006' sa Madison Square Garden, ang pinakasikat na arena sa mundo. Naisahimpapawid ito sa dalawang daan at dalawampung bansa. At sa kanyang 'Israel United Crusade 2009' sa International Convention Center (ICC) sa Jerusalem, buong tapang niyang idineklara na si Jesu-Cristo ang Mesiyas at Tagapagligtas.

Ang kanyang mga sermon ay isinasahimpapawid sa isangdaan at pitumpu't anim na bansa sa pamamagitan ng satellite kasama na ang GCN TV. Kasama siya sa listahan ng 'Top 10 Most Influential Christian Leaders' ng 2009 at 2010 ng *In Victory,* isang popular na babasahing Cristiano ng Russia at ng *Christian Telegraph,* dahil sa makapangyarihang ministeryo sa telebisyon at sa pagpapastor sa labas ng bansa.

Noong Marso 2018, ang bilang ng miyembro ng Manmin Central Church ay mahigit nang isangdaan at dalawampung libo. Mayroong sampung libong sangay na iglesya sa buong mundo kasama ang limampu't anim na lokal na sangay. Mahigit sa isang daan at dalawampu't siyam na misyonero ang naipadala na sa dalawampu't tatlong bansa kasama ang Estados Unidos, Russia, Germany, Canada, Japan, China, France, India, Kenya at marami pang iba.

Sa petsa ng paglalathala ng Taga-paglimbag nito, si Dr. Lee ay nakasulat na ng 110 na mga aklat, kabilang na ang pinakamabiling aklat ang Malasahan ang *Walang Hanggang Buhay bago ang Kamatayan, Buhay Ko, Pananalig Ko I & II, Ang Mensahe ng Krus, Ang Sukat ng Pananampalataya, Langit I & II, Impiyerno* at *Ang Kapangyarihan ng Diyos.* Ang kanyang mga aklat ay isinalin na sa mahigit na 76 na wika.

Mababasa ang kanyang pitak na pang Cristiano sa *The Hankook Ilbo, The JoongAng Daily, The Chosun Ilbo, The Dong-A Ilbo, The Munhwa Ilbo, The Seoul Shinmun, The Kyunghyang Shinmun, The Korea Economic Daily, The Korea Herald, The Shisa News,* at *The Christian Press.*

Sa kasalukuyan, si Dr. Lee ay lider ng maraming organisasyon at asosasyong misyonero. Ang mga posisyong hawak niya: Tagapangulo, The United Holiness Church of Jesus Christ; Permanenteng Presidente, The World Christianity Revival Mission Association; Tagapagtatag at Tagapangulo, Global Christian Network (GCN); Tagapagtatag at Tagapangulo, World Christian Doctors Network (WCDN); at Tagapagtatag at Tagapangulo, Manmin International Seminary (MIS).

Iba pang makapangyarihang mga aklat ni Dr. Lee:

Langit I & II

Detalyadong paglalarawan ng napakaringal na tahanan na matatamasa ng mga tao sa langit at ang napakagandang mga antas ng kaharian ng langit.

Ang Mensahe ng Krus

Makapangyarihang mensahe para sa lahat ng taong espirituwal na natutulog! Sa aklat na ito makikita ang dahilan kung bakit si Jesus ang tanging Tagapagligtas at ang tunay na pag-ibig ng Diyos.

Impierno

Isang madamdaming mensahe sa lahat ng nilalang mula sa Diyos, na may kahilingang wala sanang mapahamak na kaluluwa patungo sa kalaliman ng Impierno! Iyong madidiskubre ang hindi pa naihahayag na nakaraan na talaan ng nakapangingilabot na katotohanan ng Mababang Libingan at Impierno.

Espiritu, Kaluluwa, at Katawan I & II

Sa pamamagitan ng espirituwal na pagkilala tungkol sa espiritu, kaluluwa, at katawan, na siyang bumubuo sa tao makikilala din ng magbabasa ang 'sarili' niya at magkakaroon siya ng maliwanag na pagkaunawa tungkol sa buhay mismo.

Ang Sukat ng Pananampalataya

Anong uri ng tahanan, korona at mga gantimpala ang nakalaan sa iyo sa langit? Ang aklat na ito ay nagbibigay ng karunungan at gabay sa iyo para sukatin ang iyong pananalig at pagyamanin ang pinakamabuti at pinakaganap na pananalig.

Gumising Israel

Bakit nananatiling nakatuon ang Paningin ng Diyos sa Israel mula pa nang simula ng mundo hanggang sa araw na ito? Anong uring Probidensya mayroon Siya na inihanda para sa Israel sa huling araw, na naghihintay sa Mesias?

Buhay Ko, Pananalig Ko I & II

Napakabangong espirituwal na samyo na kinatas sa buhay na umusbong sa walang kaparis na pagmamahal para sa Diyos, sa gitna ng madidilim na alon, malamig na pamatok at ang pinakamalalim na desperasyon.

Ang Kapangyarihan ng Diyos

Ang higit na binabasa na nagsisilbing gabay na kung saan ang isa ay makapang-hahawak ng tunay na pananampalataya at maranasan ang kahanga-hangang kapangyarihan ng Diyos.

www.urimbooks.com

www.ingramcontent.com/pod-product-compliance
Lightning Source LLC
LaVergne TN
LVHW041811060526
838201LV00046B/1223

9791126305179